வான்குருவியின் கூடு
தனிப்பாடல் அனுபவங்கள்

வான்குருவியின் கூடு
தனிப்பாடல் அனுபவங்கள்

பெருமாள்முருகன் (பி. 1966)

படைப்புத் துறைகளில் இயங்கிவருபவர். அகராதியியல், பதிப்பியல், மூலபாடவியல் ஆகிய கல்விப்புலத் துறைகளிலும் ஈடுபாடுள்ளவர்.

2023ஆம் ஆண்டுக்கான 'பன்னாட்டுப் புக்கர் விருது' நெடும் பட்டியலில் 'பூக்குழி' நாவலின் ஆங்கில மொழிபெயர்ப்பு 'Pyre' இடம்பெற்றது. இவரது 'ஆளண்டாப் பட்சி' நாவலின் ஆங்கில மொழிபெயர்ப்பான 'Fire Bird' நூலுக்கு 2023ஆம் ஆண்டு ஜேசிபி இலக்கியப் பரிசு வழங்கப்பட்டது.

பெருமாள்முருகன்

வான்குருவியின் கூடு
தனிப்பாடல் அனுபவங்கள்

காலச்சுவடு பதிப்பகம்

அன்பார்ந்த வாசகருக்கு,

வணக்கம்.

காலச்சுவடு நூலை வாங்கியமைக்கு நன்றி.

நூலின் உள்ளடக்கம், உருவாக்கம், அட்டைப்படம் இன்ன பிற அம்சங்கள் பற்றிய உங்கள் கருத்துகளையும் ஆலோசனைகளையும் காலச்சுவடு வரவேற்கிறது. தகவல், எழுத்து, வாக்கியப் பிழைகள் தென்பட்டால் அவசியம் தெரிவித்து உதவுங்கள். நூல் தயாரிப்பில் கடும் குறைபாடு இருப்பின் மாற்றுப் பிரதி உங்களுக்குக் கிடைக்கக் காலச்சுவடு ஏற்பாடு செய்யும்.

மின்னஞ்சல்: **publisher@kalachuvadu.com**

காலச்சுவடு நாகர்கோவில் அலுவலகத்திற்குக் கடிதம் அனுப்பலாம்.

தங்கள்
எஸ்.ஆர். சுந்தரம் (கண்ணன்)
பதிப்பாளர் – நிர்வாக இயக்குநர்

வான்குருவியின் கூடு தனிப்பாடல் அனுபவங்கள் ❖ கட்டுரைகள் ❖ ஆசிரியர்: பெருமாள்முருகன் ❖ © பெருமாள்முருகன் ❖ முதல் பதிப்பு: 2013 ❖ காலச்சுவடு முதல் பதிப்பு: டிசம்பர் 2021, மூன்றாம் பதிப்பு: மே 2025 ❖ வெளியீடு: காலச்சுவடு பப்ளிகேஷன்ஸ் (பி) லிட்., 669, கே.பி. சாலை, நாகர்கோவில் 629001

vaankuruviyin kooTu thanipadal anupavangal ❖ Essays ❖ Author: PerumalMurugan ❖ © PerumalMurugan ❖ Language: Tamil ❖ First Edition: 2013 ❖ Kalachuvadu First Edition: December 2021, Third Edition: May 2025 ❖ Size: Demy 1 x 8 ❖ Paper: 18.6 kg maplitho ❖ Pages: 112

Published by Kalachuvadu Publications Pvt. Ltd., 669 K.P. Road, Nagercoil 629001, India ❖ Phone: 91-4652-278525 ❖ e-mail: publications@kalachuvadu.com ❖ Printed at Print Point Offset Printers, Nagercoil 629001

ISBN: 978-93-5523-115-4

05/2025/S.No. 1055, kcp 5780, 18.6 (3) 1ss

அன்பு மாணவர்
பெ. முத்துசாமிக்கு

பொருளடக்கம்

அறிமுகம்	11
முதல் பதிப்பின் முன்னுரை: அனுபவங்களோடு இயைந்த விதம்	13
1. காடும் செடியும்	21
2. வான்குருவியின் கூடு	26
3. சிவனானேன்!	30
4. அந்தகனே நாயகன்	34
5. காருலவும் கொங்கு	38
6. பழம்படு பனையின் கிழங்கு	44
7. பிச்சையும் புறப்பாடும்	49
8. காத்தான் சத்திரம்	54
9. குட்டிச் சுவரே வருக	60
10. குயிலோசையும் காமக்கலகமும்	66
11. பாச்சலூர்க் கிராமத்தாரே	73
12. மோரென்று பேர்படைத்தாய்	82
13. துன்பத்தின் அடுக்கு	90
14. விட்டு விடுதலை	97
பின்னிணைப்புகள்	105

அறிமுகம்

தமிழ் மரபிலக்கியத்தில் முக்கிய இடம் வகிக்கும் தனிப்பாடல்கள் குறித்து எழுதிய கட்டுரைகள் இவை. உரை, விளக்கம் என மரபான முறையில் அல்லாமல் அனுபவங்களோடு இயைத்து எழுதப்பட்டவை. இலக்கிய வாசிப்பை எவ்வாறு எல்லாம் நிகழ்த்த இயலும் என்பதற்குச் சான்றாக அமையும் சுவையான கட்டுரைகளைக் கொண்ட நூல் இது. நற்றிணைப் பதிப்பகம் வாயிலாக 2012ஆம் ஆண்டு வெளியான இந்நூலை காலச்சுவடு பதிப்பகம் இப்போது வெளியிடுகிறது. கண்ணனுக்கும் காலச்சுவடு ஊழியர்களுக்கும் நன்றி.

26–11–2021   **பெருமாள்முருகன்**
நாமக்கல்

முதல் பதிப்பின் முன்னுரை

அனுபவங்களோடு
இயைந்த விதம்

2001ஆம் ஆண்டு ஸ்ரீராம் சிட் பண்ட்ஸ் நிதி உதவியுடன் 'உலகத்தமிழ்.காம்' என்னும் இணைய தளம் தொடங்கப்பட்டது. அதை நிர்வகிக்கும் பொறுப்பைக் காலச்சுவடு ஏற்றிருந்தது. நண்பர் அரவிந்தன் அதில் பழைய இலக்கியம் தொடர்பாக ஒரு தொடர் எழுதுங்கள் என்று என்னைக் கேட்டார். எனக்கு உடனே நினைவு வந்தவை தனிப்பாடல்கள்தான். பத்தொன்பதாம் நூற்றாண்டில் 'தனிப்பாடல் திரட்டு' என்னும் பெயரில் பதிப்பிக்கப் பட்ட தொகுப்பு நூல்கள் இதுவரை பலவாகப் பெருகியுள்ளன. இவற்றில் ஒருமை இல்லை. ஒவ்வொன்றும் ஒவ்வொருவிதம். இந்தப் பதிப்பு அம்சம் தனிப்பாடல்களின் இயல்புக்கும் உகந்தது தான். இதுவரை தொகுக்கப்பட்ட பாடல்களின் எண்ணிக்கையைக் கணக்கிட்டுச் சொல்வது கடினம். திரட்டுக்களில் இடம்பெறாமல் உதிரிகளாக அங்கங்கே கிடப்பவை ஏராளம். ரசனைக்கும் ஆராய்ச்சிக்கும் உகந்த விஷயங்களைக் கொண்ட தனிப்பாடல்களை விரும்பாத இலக்கிய ஆளுமைகள் இல்லை.

தனிப்பாடல்களால் கவரப்பட்ட எழுத்தாளர்கள் பலர். புதுமைப்பித்தன் தனிப்பாடல் பித்தர் என்பது அவர் கட்டுரைகளால் விளங்கும். 'தனிமை' என்னும் கட்டுரை 'ஆழிவாய்ச் சத்தம் அடங்காதோ' எனத் தொடங்கும் பாடலை விதந்து எழுதப்பட்டது. 'கவிஞன் வெறும் வெள்ளைச் சொற்களை வைத்துக்கொண்டு ஒரு இந்திரஜால வித்தையல்லவா செய்துவிடுகிறான்! என்ன அற்புதமான சிருஷ்டி! அக இருளுக்குப் பகைப்புலமாக (background) புற இருள். சோகத்திற்குப் பின் நிலவும் ஓர் உயரிய நகைச்சுவை' (ப.61) என்று அக்கட்டுரையில் பெரும்புகழ்ச்சி செய்கிறார். காணாமற்போன பாக்குவெட்டி, இலைக்குணம், பஞ்சமோ பஞ்சம் உள்ளிட்ட கட்டுரைகள் தனிப்பாடல்களைப் பற்றி அவர் எழுதியவை. 'கூழுக்குப் பாடி' என்னும் கட்டுரை ஔவையார் பாடல்களைப் பற்றியது. 'ஔவை நமது இலக்கியத்தின் மகத்தான நாடோடி' (ப.94) என்று போற்றும் புதுமைப்பித்தன் அவரைப் பற்றியும் அவரது பாடல்கள் குறித்தும் எழுதும் பாங்கு மிகச் சிறப்பானது. தனிப்பாடல்கள் பற்றிய கட்டுரைகள் மட்டு மல்ல, மற்ற கட்டுரைகளிலும் தனிப்பாடல்களை மேற்கோள் காட்டும் இயல்புடையவர் அவர்.

கு. அழகிரிசாமி தனிப்பாடல்கள் பற்றிக் கட்டுரை எழுதியவர் என்பதோடு பல தனிப்பாடல்களைக் கண்டறிந்து பதிவாக்கியவரும்கூட. பெயர் தெரியாத புலவர்களின் பாடல்கள் பற்றி அவர் ஏராளமான கட்டுரைகள் எழுதியுள்ளார். 'ஊற்றுமலைத் தனிப்பாடல் திரட்டு' என்றே ஒரு நூல் வெளியாகி உள்ளதை அழகிரிசாமி மூலமாகவே அறிகிறோம். அந்நூலில் 'பழனியாண்டிக் கவிராயர்' என்னும் ஒருவர் ஊற்றுமலை ஜமீந்தார் இருதயாலய மருதப்பத்தேவர் பற்றிப் பாடிய இருபத்தி ரண்டு பாடல்கள் உள்ளதாக அவர் தெரிவிக்கிறார். அவற்றுள் சுவையான நான்கு பாடல்களை எடுத்து விவரிக்கும் கட்டுரை ஒன்றில் இவ்விவரங்கள் உள்ளன. அனேகமாக வேறு எந்தத் தனிப்பாடல் திரட்டிலும் இடம்பெறாத பாடல்கள் இவை என நினைக்கிறேன். 'யானை அவிழ்த்துக்கொண்டது' என்றொரு கட்டுரையில் சோழ மன்னனின் பட்டத்து யானை அவிழ்த்துக் கொண்ட செய்தியைக் கவிஞர் ஒருவர் பாடல் வடிவில் அழகாகச் சொல்வதை எடுத்துக்காட்டியுள்ளார். அக்கவிஞர் பெயர் தெரிய வில்லை. அப்பாடலையும் வேறெங்கும் வாசித்த மாதிரி இல்லை. இப்படித் தனிப்பாடல் தொடர்பான அழகிரிசாமியின் ஈடுபாடு விரிவாகப் பேசத்தக்கது.

டி.கே.சி.யின் தாக்கம் பெற்ற இவர்கள் தனிப்பாடல், கம்ப ராமாயணம் ஆகியவற்றைத் தாண்டி அவ்வளவாகக் கண்

பதிக்கவில்லை. டி.கே.சி. தனிப்பாடல்களில் அபரிமிதமாக ஈடுபட்டவர் என்பது அவர் கட்டுரைகள் தரும் செய்தி. 'நாற்பது ஐம்பது வருஷமாகத்தான் இலக்கிய சம்பந்தமாக வேண்டாத சில கொள்கைகள் வந்து நமக்குள் புகுந்து கஷ்டப்படுத்திக் கொண்டிருக்கின்றன. எவ்வளவுக்கெவ்வளவு வார்த்தையும் இலக்கணமும் வழக்கொழிந்திருக்கின்றனவோ அவ்வளவுக் கவ்வளவு உயர்ந்த இலக்கியம் என்று மதிப்பேறிவிட்டது' (ப.163) என்பது சங்க இலக்கியம் தொடர்பாக டி.கே.சி.யின் கருத்து. சங்க இலக்கியம் தொடர்பாக டி.கே.சி.க்கு என்ன பார்வை இருந்ததோ அதே பார்வையைக் கொண்டவர்கள்தான் இவர்களும். 'சங்க இலக்கியங்களை அனுபவிப்பதற்கு ஒரு தனிப் பயிற்சி வேண்டும். அந்த இலக்கியத்தின் சமூகம், அதன் நாகரிகம் இறந்துவிட்டது. அதன் பதப் பிரயோகங்களின் ரகசியத்தை அறிந்தபின்தான் அந்த இலக்கியத்தின் உள்ளத்தைத் தொட முடியும்' (ப.88) என்று புதுமைப்பித்தன் எழுதுகிறார். பின்னர் வந்த தலைமுறை எழுத்தாளர்கள்தான் சங்க இலக்கியத்தின் பக்கம் கண் திருப்பியவர்கள். நாஞ்சில் நாடன், பாவண்ணன், ஜெயமோகன் ஆகியோர் சங்க இலக்கியம் பற்றி எழுதியுள்ளவை முக்கிய மானவை.

கண்ணதாசன் போன்ற கவிஞர்களையும் தனிப்பாடல்கள் ஆகர்ஷித்தன என்பதில் ஆச்சரியமில்லை. தமிழ் இலக்கியப் பரப்பு முழுவதையும் தம் பாடல்களுக்கான கச்சாப் பொருளாகக் கண்ட அவரிடம் தனிப்பாடல்களின் பாதிப்பு மிகுதி. அவற்றைப் பற்றித் தனிக் கட்டுரைகள் பல எழுதியிருக்கிறார். அதுமட்டுமல்ல, அவரது திரைப்பாடல்களில் தனிப்பாடல்களின் தாக்கம் அதிகம். 'அத்திக்காய் காய் காய் ஆலங்காய் வெண்ணிலவே' என்னும் பாடல் நான்கடி வெண்பாவால் ஆன தனிப்பாடல் ஒன்றை விரிவாக்கி எழுதியதுதான். தனிப்பாடல் தொடர்களையும் தம் பாடல்களில் போகிற போக்கில் கையாண்டுள்ளார். 'இருந்தவளைப் போனவளை என்னை அவளைப் பொருந்தவளை பறித்துப்போனான்' என்னும் தனிப்பாடல் தொடரை ஒருபாடலின் பல்லவி ஆக்கியிருப்பார். 'இலக்கியத்தில் காதல்', 'நான் ரசித்த வருணனைகள்' ஆகிய நூல்களில் தனிப்பாடல் தொடர்பான கட்டுரைகள் இருப்பதாக நினைவு.

தனிப்பாடல்களின் மேல் இவர்களுக்கெல்லாம் ஏன் இவ்வளவு ஈடுபாடு? வேறு எந்த முன்பின் தொடர்ச்சியும் தேவையில்லாமல் ஒரு பாடல் தனித்து ஈர்ப்பதாக இருப்பது முக்கியக் காரணம். அவற்றின் சொல்லாட்சிகள் மிகவும் எளிமையானவை. உரைகள் தேவையில்லாமலே படித்துப்

புரிந்துகொள்ளலாம். எளிய சொற்கள் கவிதைச் சொற்களாக மாறும் விந்தை தனிப்பாடல்களில் நிகழ்கிறது. இதுவும் ஒரு காரணம். ஒவ்வொரு பாடலின் பின்னணியிலும் ஒரு கதை இருக்கிறது. பல சமயங்களில் பாடலை விடவும் பின்னணிக் கதை மிகவும் சுவாரஸ்யமாக அமைந்திருக்கும். எழுத்தாளர் களை ஈர்க்க இவ்வம்சமும் முக்கியமானது. உரை எழுதியோர் இந்தப் பின்னணிக் கதைகளை விவரிப்பதில் அதீத ஆர்வம் காட்டியுள்ளனர். கதை தெரியவில்லை என்றால் பல பாடல்களின் சுவை பிடிபடாது. பாடல் சொற்களின் ஆழத்தை உணர முடியாது. அம்பிகாபதி முதல் இரண்டடி பாடக் கம்பர் இறுதி இரண்டு அடிகளைப் பாடினார் எனக் கருதப்படும் பாடல் இது:

 இட்டடி நோவ எடுத்தடி கொப்பளிக்க
 வட்டில் சுமந்து மருங்கசையக் – கொட்டிக்
 கிழங்கோ கிழங்கென்று கூறுவாள் நாவில்
 வழங்கோசை வையம் பெறும்.

அம்பிகாபதி, அமராவதி காதல் கதையில் இப்பாடலுக்கு முக்கிய இடம் உண்டு. அமராவதியின் அழகைப் புகழ்ந்து அம்பிகாபதி முதல் இரண்டடிகளைப் பாடுகிறான். அருகில் இருக்கும் சோழ மன்னனுக்குச் சந்தேகம் வராமல் இருக்க அடுத்த இரண்டு அடிகளைக் கம்பர் பாடினார். வீதியில் கிழங்கு விற்றுச் செல்லும் ஒருத்தியைப் பற்றிப் பாடுவதாகக் கம்பர் பாடலை மாற்றினார். உடனே சோழன் வீதியில் பார்க்கக் கம்பரின் வேண்டுதலை ஏற்று அங்கே கலைமகளே வடிவெடுத்துக் கிழங்கு விற்றுச் சென்றாள் என்பது இப்பாடலின் பின்னணிக் கதை. மிக அருமையான பாடல். இந்தப் பின்னணிக் கதையும் சேரும்போது நாடகக் காட்சி ஒன்றே நம்முன் விரிந்து விடுகிறது. காதலர்களின் உணர்வுகள். மகன்மீது தந்தையின் பாசம், மன்னனுக்கே உரிய சாதுர்யம் ஆகியவை கலந்த இந்தக் காட்சியில் கலைமகளும் பங்கு பெறுவது கதையின் தளத்தை மேலும் விரிவுபடுத்துகிறது.

தனிப்பாடல் கதைகளைப் போலவே தனிப்பாடல்களைக் கண்டறிந்த கதைகளும் சுவையானவை. உ.வே. சாமிநாதையர் 'பிச்சைப்பாட்டு' என்றொரு கட்டுரை எழுதியுள்ளார். அது தனிப் பாடல்கள் பலவற்றைத் தம் சுய முயற்சியால் கண்டறிந்து 'தனிப்பாடல் திரட்டு' என்னும் தொகுப்பைப் பத்தொன்பதாம் நூற்றாண்டில் (1862) முதன்முதலில் வெளியிட்ட முன்னோடிப் பதிப்பாசிரியராகிய 'தில்லையம்பூர்ச் சந்திரசேகரக் கவிராஜ பண்டிதர்' என்னும் புலவர் மிக அற்புதமான பாடல் ஒன்றைக் கண்டறிந்த சூழல் பற்றியது.

ஊரைச் சுடுமோ உலகந் தனைச்சுடுமோ
ஆரைச் சுடுமோ அறியேனே – நேரே
பொருப்புவட்ட மானநகிற் பூங்கொடியீர் இந்த
நெருப்புவட்ட மான நிலா.

இது இராப்பிச்சைக்காரன் ஒருவன் மூலமாகக் கிடைத்த பாடல். 'ஊரைச் சுடுமோ' என்னும் அடியை மட்டும் திரும்பத் திரும்பப் பாடிப் பிச்சை எடுத்துக்கொண்டிருந்த அவனிடம் முழுப்பாடலையும் சொல்லும்படி பண்டிதர் இரந்தார். முழுப்பாடலையும் அவன் நினைவுக்குக் கொண்டுவந்து சொல்ல நான்கு நாட்களாயிற்று. தனிமையில் இருக்கும் தலைவிக்கு நிலவு தகிக்கும் கொடுமை பற்றிய இப்பாடலை அறிய அவர் நான்கு நாட்களைச் செலவழித்தாலும் நூற்றாண்டுக் கணக்கில் பலருடைய நாவிலும் தவழும் சிறப்பை இப்பாடல் பெற்று விட்டது. 'பிச்சைப் பாட்டு' என்னும் கட்டுரைத் தலைப்பு 'பிச்சைக்காரன் பாடிய பாட்டு' என்று மட்டும் அல்லாமல் 'பிச்சையாகப் பெற்ற பாட்டு' எனவும் பொருள்படும் விதத்தில் அமைந்துள்ளது. இப்படித் தனிப்பாடல் சார்ந்த பல்வேறு விஷயங்கள் உள்ளன.

பலரும் எழுதியுள்ள இவற்றைப் பற்றி நான் புதிதாக என்ன எழுதப் போகிறேன்? தொடரைத் தொடங்குகையில் எனக்குக் குழப்பம் எதுவும் இல்லை. என்னைத் தமிழ் இலக்கியப் பரப்பினுள் செலுத்திக்கொள்ள நுழைவாயிலாக இருந்தவற்றைப் பற்றி எழுதப் புதிய வழியா இல்லை? கவிதைகளைப் பற்றித் திரும்பத் திரும்ப எழுதிக்கொண்டேயிருக்கலாம். என் வாழ்க்கை அனுபவங்களோடு தனிப்பாடல்கள் இயைந்த விதம் பற்றி எழுதலாம் என முடிவு செய்தேன். அதன்படியே கட்டுரைகளை அமைத்துக்கொண்டேன். பன்னிரண்டு கட்டுரைகளை அவ்விதம் எழுதினேன். கட்டுரைகள் என் அனுபவ வெளிக்குள் நின்றும் அதை மீறியும் பலவிதமான வெளிப்பாடுகளைப் பெற்றன. பத்தாண்டுகள் கழித்து இப்போது படிக்கும்போதும் இவற்றை எழுதியபோதான மனநிலைக்கு என்னால் செல்ல முடிகிறது. கட்டுரைகளுக்குள் அப்படியான உணர்வுநிலை ஒன்று கலந்திருக் கிறது. ஆனால் பன்னிரண்டு கட்டுரைகளுக்குப் பின் ஏதோ காரணத்தால் அப்படியே நின்று போயிற்று. சில சமயம் நம்மைச் செயல்படுத்துவது நிர்ப்பந்தம்தான்; அது இல்லாமல் போனதும் கட்டுரை எழுத இயலவில்லை. வேறுவேறு விஷயங்கள் என்னை ஈர்த்துக்கொண்டேயிருக்கின்றன. அப்படி வேறு ஏதோ ஒன்றுக்குள் போய்விட்டேன். நாற்பது ஐம்பது கட்டுரைகள் எழுத வேண்டும் என்றுதான் திட்டமிட்டிருந்தேன். ஆனால் நடைபெறவில்லை.

அதன்பின் கவிஞர் இசை, கருக்கல் இதழுக்காகக் கட்டுரை ஒன்று கேட்டபோது 'துன்பத்தின் அடுக்கு' எழுதினேன். அது கருக்கலில் வர வாய்ப்பில்லாமல் சந்தியூர் கோவிந்தன் நடத்தும் *தூறல்* இதழில் வெளியாயிற்று. பாரதியார் கவிதை பற்றிய கட்டுரை 'விட்டு விடுதலை' காலச்சுவடு வெளியிட்ட பாரதி சிறப்பிதழில் வெளிவந்தது. ஆ.இரா. வேங்கடாசலபதி கேட்டுக்கொண்டதற்கு இணங்க அக்கட்டுரையை எழுதினேன். பாரதி பாடல் எனினும் பொருத்தம் கருதி இந்நூலுள் அதைச் சேர்த்துள்ளேன். எனக்கு விருப்பமான, என் அனுபவத்திற்கு வந்து பொருந்திய பாடல்கள் பலவற்றைப் பற்றி எழுத முடிய வில்லை. அப்படி எத்தனையோ இருக்கின்றன. இனியும் எழுத முடியும் என்று தோன்றவில்லை. இக்கட்டுரைகள் நூலாக வர வேண்டும் என நண்பர் அரவிந்தன் தொடர்ந்து வலியுறுத்திக் கொண்டிருந்தார். இன்னும் சில கட்டுரைகள் எழுதிவிட்டுப் பின் நூலாக்கலாம் என்னும் எண்ணத்திலேயே தள்ளிப் போட்டுக்கொண்டு வந்தேன். ஆனால் இத்தகைய கட்டுரைகள் எழுதுவதற்கான மன எழுச்சி இப்போது இல்லை. எழுத இயலாதவை புதியவையாய் உள்ளத்துள் கோலம் கொண்டு விளங்குபவை என்று சமாதானம் கொள்கிறேன்.

பரத்தையை நாடிச் சென்று இன்பம் துய்த்துத் திரும்பும் கணவனைப் பார்த்து,

வேண்டிய போதின்பம் விளைக்கும் மடந்தையரைத்
தீண்டியகை யாலென்னைத் தீண்டாதே – பாண்டியா
முல்லைக் கதிபா முகம்பார்த் தகலநின்று
சொல்லக் கடவவெல்லாஞ் சொல்

என்று முகத்திற்கு நேராய்ப் பேசிய பெண்ணின் பெயர் என்ன வென்றே தெரியவில்லை. 'வரதுங்கராம பாண்டியன் மனைவி' என்று தனிப்பாடல் திரட்டுகள் குறிப்பிடுகின்றன. தமிழ் மரபில் பரத்தையர் பற்றி எந்தக் குறிப்பு வந்தாலும் இந்தப் பாடல் என் நினைவுக்கு வந்துவிடும். இது குடும்பப் பெண் ஒருத்தியின் ஆக்ரோஷமான குரல். ஆணை எதிர்த்துக் கேள்வி கேட்பதோடு அவனுக்குக் கட்டளையிடும் தன்மையும் கொண்டது. இப்பாடலைப் பற்றிய ஒரு கட்டுரை என் மனதிலேயே இருக்கிறது.

மதுரகவிராயர் என்னும் புலவர் தம் வறுமையைப் பார்த்துப் பாடிய பாடல் என் மனதுக்கு மிகவும் நெருக்கமான பாடல். என் கல்லூரிக் காலத்தில் பசி என்பதன் முழுப்பரிமாணத்தையும் அறியும் வாய்ப்பைப் பெற்றிருந்தேன். அப்போதெல்லாம் மதுரகவிராயரின் பாடல் எனக்குப் பெருந்துணையாக இருந்தது.

அவருக்குத் திருநின்றவூரைச் சேர்ந்த காளத்தி என்பவன் நம்பிக்கை தருபவனாக இருந்தான். எனக்கு என் உயர்கல்வியே காளத்தியாகத் தோன்றிக்கொண்டிருந்தது. என் கல்விக் காலம் வளரும்போதெல்லாம் இந்தப் பாடலே என்னை இயக்கியது என்று சொல்வேன். நான் அதிகமாக மேற்கோள் காட்டும் பாடல்களில் ஒன்று இது. தன்னுடன் உறையும் வறுமைக்கு உருவம் கொடுத்து நண்பனைப் போலக் கருதி அதனுடன் இயல்பான உரையாடலை நிகழ்த்தும் கவிராயரின் உள்ளம் விசாலமானது. அரிய நண்பனைச் சந்தித்து வழியனுப்பும்போது பேருந்து கிளம்பும்வரை கீழே நின்றுகொண்டு பேசுகின்றோமே அதுபோல வறுமையோடு பேசுகிறார் கவிராயர். 'இன்றைக்கே சற்றே இரு' என்று 'இன்னும் கொஞ்ச நேரம்' என அதனிடம் பிரிவாற்றாமல் அவர் பேசுகிறார். 'நாளைக்கு இருப்பாயோ' என்று கவலைப்படுகிறார். 'நீயெங்கோ நானெங்கோ' என்று ஏங்குகிறார். அந்த அருமையான பாடல் இது:

நீளத் திரிந்துழன்றாய் நீங்கா நிழல்போல
நாளைக் கிருப்பாயோ நல்குரவே – காளத்தி
நின்றைக்கே சென்றக்கால் நீயெங்கோ நானெங்கோ
இன்றைக்கே சற்றே இரு.

இப்படி நான் எழுத வேண்டிய பாடல்களின் பட்டியல் வெகு நீளம். எழுதாதவை சிறந்தவை என்பதாக அவை இருக்கட்டும்.

மேற்படி இக்கட்டுரைகள் உருவாகக் காரணமாக இருந்த நண்பர்கள், உலகத்தமிழ் இணையதளத்தில் இருந்து கட்டுரைகளைப் படியெடுத்துக் கொடுத்த கீழ்வேளூர் பா. இராமநாதன், நூலை வெளியிடும் நற்றிணை பதிப்பக நண்பர் யுகன் ஆகிய அனைவருக்கும் நன்றி. இந்நூல் மெய்ப்புப் பார்ப்பதில் உதவியவராகிய பெ. முத்துசாமி என்மீதும் என் எழுத்துக்களின் மீதும் பேரன்பு கொண்டவர். அவருக்கு இந்நூலைக் காணிக்கை ஆக்கி மகிழ்கிறேன்.

ooo

பயன்பட்ட நூல்கள்

1. ஆ.இரா. வேங்கடாசலபதி (ப.ஆ.), புதுமைப்பித்தன் கட்டுரைகள், 2002, நாகர்கோவில், காலச்சுவடு பதிப்பகம்.

2. கு. அழகிரிசாமி, இலக்கிய நயம், ச. முருகானந்தம் (ப.ஆ.), 1991, சென்னை, தேன்மழைப் பதிப்பகம்.

3. டி.கே. சிதம்பரநாத முதலியார், இதய ஒலி, 1981, சென்னை, வானதி பதிப்பகம், நான்காம் பதிப்பு.

4. சு.அ. இராமசாமிப் புலவர் (உ.ஆ.), தனிப்பாடல் திரட்டு, 1963, கழக வெளியீடு, சென்னை.

5. தமிழன்பன், தனிப்பாடல் திரட்டு ஓர் ஆய்வு, 2003, சென்னை, பூம்புகார் பதிப்பகம்.

○○○

1

காடும் செடியும்

இளங்கலைப் பட்ட வகுப்பில் தமிழ் இலக்கியம் படிக்கச் சேர்ந்தபோது நான் சந்தோஷ மாகவும் குழப்பமாகவும் உணர்ந்தேன். 'மந்தியும் அறியா மரம்பயில் கானகத்திற்குள்' நுழைந்ததால் ஏற்பட்ட சந்தோஷம். எங்கெங்கு காணினும் மரங்கள். அவற்றில் எவற்றையுமே நான் முன்பு அறிந்தவனல்ல. சிலவற்றின் பெயர்களை மட்டுமே கேட்டிருக்கிறேன். பார்த்ததுமில்லை; பழகியது மில்லை. பிரம்மாண்டத்தைக் காண்கையில் பிரமிப்பும் மகிழ்ச்சியும் உண்டாவதோடு அச்சமும் குழப்பமும் சேர்கின்றன.

இந்த வனாந்தரத்திற்குள் என்ன செய்யப் போகிறேன்? மரங்களை அண்ணாந்து பார்த்து வாயைப் பிளந்துகொண்டிருப்பதிலேயே என் காலம் போய்விடுமோ? காலங்களைக் கடந்து நிற்கும் விருட்சங்களைத் தனியனாய்த் தொட்டுப் பார்த்துப் பயிலும் துணிவுக்கு என்ன வழி? தொன்மையினால் பொந்துகள் பெருகிப் பருத்துக் கிடக்கும் இவற்றுள் என்னென்ன விசித்திரங்கள் இருக்குமோ? பாட்டி யின் கரமும் கொண்டு தம்மை எளிமையாய் அறியக் காட்டுமோ? அவற்றின் உருவங்கள் மிகுந்த அச்சத்தைக் கொடுத்தன. எவ்வளவுதான் அற்புதம் உள்ளுக்குள் இருப்பினும் ஒரு தோற்றப் பொலிவு வேண்டாமா?

புணர்ச்சி விதிகள், தளைகள் முதலிய இலக்கணங் களுக்குள் கட்டுப்பட்ட செய்யுள்கள். படித்தால் தமிழ் போலவே தோன்றவில்லை. வழக்கிழந்து போன

சொற்களில்தான் பொருள் சூட்சுமம் பொதிந்திருக்கிறது போலும். ஆளற்ற பாறைப் பகுதிகளுக்குச் சென்று வாய்விட்டு உரக்கப் படிக்கிறேன். அல்ல. கத்துகிறேன். எதிரொலிகள் சூழ்கின்றனவே தவிர, கடுமையை உடைக்கும் வழியொன்றும் தெரியவில்லை. உரைகள் இன்னும் அடர் இருளுக்குள் தள்ளுகின்றன. கைப்பற்றி அழைத்துச் செல்ல யாரேனும் கிடைப்பார்களா?

நிறுவனக் கல்வி அல்லது முறைசார் கல்வி பாடத்திட்டத்தைச் சார்ந்தது. ஆசிரியர்களின் பார்வை அந்தக் கடிவாளத்திற்கு உட்பட்டது. குறிப்பிட்ட நேரத்திற்குள் குறிப்பிட்ட இடத்தை அடையும் இலக்கை நோக்கிப் பயணப்படுவது. மாணவர்களுக்குத் தேர்வும் மதிப்பெண்ணும் முக்கியம். மதிப்பெண்களைப் பெற, சாணித்தாளில் அச்சடிக்கப்பட்டு மிகுந்த விலையில் விற்பனை செய்யப்படும் நாலாந்தர 'நோட்ஸ்'கள் போதுமானவை. ஆசிரியர்கள் சிலரின் கையிலும்கூட அத்தகைய 'நோட்ஸ்'களே இருந்தன. பாடமாக வைக்கப்பட்டிருந்த நூல்களின்மேல் கடும் வெறுப்புத் தோன்றியது. எல்லாப்புறமும் அடைக்கப்பட்ட பெரும் மதிற்சுவர் வடிவில் ஆசிரியர்கள். தாண்டியோ உடைத்தோ சுவரைக் கடந்தால் அவர்களை அணுக முடியலாம். என் வலு அதற்குப் போதுமானதாயில்லை. வெளிப்புறம் நின்றபடி சுவரைக் கையால் தடவிப் பார்ப்பது, தட்டுவது, மோதுவது என்னும் என் முயற்சிகள் பலனற்றுப் போயின.

ஏன் தமிழ் இலக்கியம் சேர்ந்தேனோ என்று நொந்து திரிந்தேன். கவிதை என்ற பெயரில் எழுதித் தள்ளிய பிள்ளைக் கிறுக்கல்களை வியந்து பாராட்டிய நண்பர்களின் சொற்கள் எனக்கொரு பிம்பத்தை உருவாக்கி இருந்தன. அதனைக் கட்டிக் காப்பாற்றும் பொருட்டே இலக்கியம் படிக்கச் சேர்ந்தேன். அந்த நண்பர்கள் மீதெல்லாம் கோபமாக வந்தது. அறிவியல் படிக்கும் மாணவர்கள் எப்போதும் சந்தோஷமாய் இருப்பதாக உணர்ந்தேன். ஓராண்டு வீணானாலும் பரவாயில்லை. கல்லூரியிலிருந்து விலகி அடுத்த ஆண்டு வேறேதாவது அறிவியல் பிரிவில் சேர்ந்துகொள்ளலாமா எனத் தீவிரமாய் யோசித்தேன்.

படைப்பாற்றலை வளர்ப்பதற்கோ படைப்பை உணர்ந்து கொள்வதற்கோ கல்லூரிப் படிப்பு துளியும் பயன்படாது என்பது புரிந்தது. நானாகத்தான் இதற்குள் ஏதாவதொரு உடைப்பை ஏற்படுத்தி உள்ளே போக வேண்டும் எனத் தீர்மானித்தேன். ஒன்றும் வேண்டாம். அப்புறம் யாருடைய துணையும் தேவை யில்லை. ருசி ஈர்க்கும்; அழைக்கும்; உள்ளிழுத்துச் செல்லும். அம்முயற்சிகளில் செய்யுள்களை ஒதுக்கிவிட்டு உரைநடைக்குள் நுழைந்தேன். உ.வே. சாமிநாதையரின் 'என் சரித்திரம்' படிக்க ரொம்பவும் ஈர்ப்பாயிருந்தது. இடையிடையே செய்யுள்களை

எடுத்தாண்டு அவற்றிற்குப் பொருளும் சொல்லிப்போவார் அவர். அச்செய்யுள்கலெல்லாம் ஈரமற்று இருந்தன. உ.வே.சா. அறிஞராக எனக்குள் பதிந்தார். சுவைஞராக அவரை அறிய முடியவில்லை. தொடர்ந்து பேராசிரியர்கள் பலரின் உரைநடை நூல்களைப் படித்தேன். அவர்கள் எடுத்துக் காட்டும் செய்யுள்கள், மேற்கோள்கள் முதலியவை புலமைப் பெருக்கைக் காட்டின. வெளியே நின்று தத்தளிக்கும் ஒருவரை உள்ளிழுக்கும் காந்தம் அவற்றில் இல்லை.

அப்போது 'நன்னூல்' இலக்கணம் பாடமாக இருந்தது. அதன் முன்னுரைப் பகுதியில் 'மாணாக்கர் ஆகாதவர் இலக்கணம்' வந்தது. யார் யார் மாணவர் ஆவதற்குத் தகுதியற்றவர்கள் எனப் பட்டியலிடும்போது 'தொன்னூற்கு அஞ்சி தடுமாறு உளத்தன்' என்றும் அந்நூலாசிரியர் கூறியிருந்தார். 'பழைய நூல்களைப் படிப்பதற்கு அஞ்சுபவன், நிலையற்ற மனமுடையவன்' ஆகியோர் மாணவர் ஆக முடியாது என்றும் சொல்லலாம்.'பழைய நூல்களைப் படிப்பதற்கு அஞ்சும் தடுமாறுகின்ற மனத்தை உடையவன்' மாணவராகத் தகுதியற்றவன் என்றும் சொல்லலாம். இரண்டாம் பொருளையே நான் எடுத்துக்கொண்டேன். அது என்னையே குறித்துச் சொன்னது போலிருந்தது.

அஞ்சாமலும் தடுமாறாமலும் பழம் இலக்கியத்தைப் பயின்றுகொள்வதற்கான வழிகளை நானாகவே அமைக்க முயன்றேன். இன்றைய மரபுக் கவிஞர்கள் எனக்கு உதவ வந்தனர். கண்ணதாசன், இளந்தேவன் எனத் தொடங்கிக் கிடைத்தவற்றை எல்லாம் படித்தேன். செய்யுள்களின் அமைப்பை இலக்கணத் துணையின்றி ஓரளவு கற்றேன். அப்போது புலவர் குழந்தை எழுதிய 'யாப்பதிகாரம்', 'தொடையதிகாரம்' ஆகிய நூல்கள் கிடைத்தன. யாப்பிலக்கணத்தில் பயிற்சி வேண்டும் எனக்கருதி ஒவ்வொரு செய்யுள் வகைக்கும் உதாரணங்கள் தேடித் திரிந்தேன். எதேச்சையாகத் 'தனிப்பாடல் திரட்டு' தொகுதியைப் பார்க்க நேர்ந்தது. காளமேகப் புலவர் அங்கே எனக்கு அறிமுகமானார்.

காளமேகப் புலவரின் பாடல்களைப் படித்தபோது, நான் இதுநாள் வரை தேடித்திரிந்த திறப்பு அங்கே இருப்பதைக் கண்டேன். 'எங்கிருந்து தொடங்குவது' என்னும் கேள்விக்கு விடை கிடைத்த பரவசத்தில் நூலகங்களில் 'தனிப்பாடல் திரட்டு' நூல்களைத் தேடலானேன். அந்நூல்கள் எவருடைய உதவியும் இல்லாமல் பொருளைப் புரிந்துகொள்ளவும் ருசியுடைய பாடல்களை உணர்ந்துகொள்ளவும் வழிகாட்டின. காளமேகம், ஔவையார், இராமச்சந்திர கவிராயர் உள்ளிட்ட எண்ணற்ற புலவர்களை அறிமுகமாக்கிக் கொள்ளவும் தமிழ் இல்கியத்தின் செழிப்பான பகுதியை நோக்கி மெல்லச் செல்வதற்கு நுழைவாயிலாகவும்

தனிப்பாடல்கள் எனக்குப் பயன்பட்டன. என் மனத்துக்கு நெருக்கமாக உணர்ந்த பாடல்கள் பலவற்றைக் குறிப்பேட்டில் எழுதி வைத்துக்கொண்டேன். நிறையப் பாடல்களை மனனம் செய்தேன். தனிப்பாடல்கள் காட்டிய உலகத்திற்குள் எளிதாகவும் விஸ்தாரமாகவும் பயணம் செய்ய முடிந்தது.

தனிப்பாடல்களின் காலத்தைக் கி.பி. பதினான்காம் நூற்றாண்டிலிருந்து தொடங்கலாம். தனிப்பாடல் திரட்டு நூல்கள் காலமுறைப்படி பாடல்களைத் தொகுத்துத் தரவில்லை. இருபதாம் நூற்றாண்டில் இயற்றப்பட்ட செய்யுள்களும் அவற்றில் அடங்கியிருக்கின்றன. சங்க இலக்கியம், பக்தி இலக்கியம் ஆகியவையும்கூட ஒரு வகையில் தனிப்பாடல் திரட்டுகள்தாம். எனினும் பதினான்காம் நூற்றாண்டுக்குப் பின்னர் இயற்றப்பட்டவற்றையே 'தனிப்பாடல்' என்று குறிப்பிடுகின்றனர்.

பெரும்பாலான இலக்கிய வரலாறுகள் தனிப்பாடல்களைப் பற்றி விரிவாகச் சொல்வதில்லை. அவற்றில் ஓரிரு புலவர்களைக் குறிப்பிட்டுச் சொல்லிவிட்டுப் போகின்றன. உலா, தூது போன்ற சிற்றிலக்கியங்கள் எழுந்த காலமாதலின், தனிப்பாடல்களைவிட அவற்றையே பொருட்படுத்திச் சொல்கின்றனர். சங்க இலக்கியம், காப்பியங்கள், பக்தி இலக்கியம் உள்ளிட்ட செழுமையான மரபுக்குப்பின் தனிப்பாடல்கள் வருவதால் அக்காலத்தைச் சமூகச் சிதைவுக்குட்பட்ட காலம் என்றும் கணிக்கின்றனர். பொன்பொருளைச் சேர்த்து வைத்துக்கொண்டு நிலக்கிழார்கள் பலர் ஆடம்பர வாழ்க்கை நடத்திவந்தனர் எனவும் அவர்களை அண்டியே புலவர்கள் பிழைப்பு நடத்த வேண்டி இருந்ததெனவும் கூறுகின்றனர்.

என்னைப் பொறுத்தவரை தனிப்பாடல்கள் காட்டும் உலகம் சந்தோஷமாக இருகை வீசிக் காலாரவும் சுதந்திரமாகவும் நடப்பதற்குரியது. இந்தப் பாடல்கள் மனம் பெரிதும் விரும்பும் நாடோடி வாழ்க்கையின் சுவாரஸ்யமான அனுபவங்களைக் கொண்டிருக்கின்றன. புலவர்களின் உயர்ச்சிகள் நேரடியான வெளிப்பாடு பெறுகின்றன. மனிதர்கள் மீதும் கடவுள் மீதும் கற்பிக்கப்பட்ட புனிதங்களைத் தூக்கி வீசிக் கேலி செய்கின்றன. இடக்கரடக்கல்,மங்கல வழக்கு என்றெல்லாம் கட்டுப்படுத்தப்பட்ட மொழி பீறிட்டுக் கிளம்பி வருகிறது. புலவர்கள், மன்னர்களையும் செல்வர்களையும் பாடியதை விடவும் பொதுமக்களை மிகுதியாகப் பாடியிருக்கின்றனர். பொதுமக்களின் பெயரிலிருந்து உணவுமுறை வரைக்கும் பதிவாகியிருக்கின்றன. மனிதர்களின் உயர்குணங்கள் மட்டுமின்றி இழிகுணங்களையும் இப்பாடல்கள் தயக்கமின்றி வெளிப்படுத்துகின்றன.

தாசிகள் இங்கே சாதாரணமாக நடமாடுகின்றனர். பாலுறவு பற்றிப் பேசுவதில் தடையேதும் இல்லை. சாதிகள் இயல்பாகக் குறிப்பிடப்படுகின்றன. புலவர்களுக்கிடையே நடந்த புலமைப் போட்டிகள், பொறாமைக் காய்ச்சல்கள் உள்ளிட்ட ஏகப்பட்ட கதைகள். ஒவ்வொரு பாட்டின் பின்னணியும் ஒவ்வொரு கதை. அத்துடன் ஒளிவுமறைவற்ற உலகமாகத் தனிப்பாடல்கள் காட்டும் உலகம் இருக்கின்றது. பாடல்களில்தான் எத்தனை வகை. வெறும் ஓசை நயம் மட்டும் சிறப்புப் பெற்றிருப்பவை, சொல் விளையாட்டுகளில் திளைப்பவை, கருத்துகளை மையப் படுத்தியவை, உயர்கவிதையாகப் போற்றத்தக்கவை என விதவித மான பாடல்கள். நகைச்சுவையிலிருந்து துயரம் வரைக்கும் எல்லாவிதமான உணர்ச்சிகளையும் அனுபவித்துக்கொண்டு மனம் கட்டற்றுத் திரிவதற்கேற்ற உலகம். உண்மையில் என் மனத்திற்கு ஆதர்சமாக அமைந்த உலகம் அது.

ஆயிரக்கணக்கான பாடல்கள் கொண்ட இவ்வுலகத்தில் கழித்துவிடத்தக்கவை ஏராளம். அவற்றையெல்லாம் ஒதுக்கிவிட்டு ஏதோ ஒரு வகையில் முக்கியமெனவும் என் ரசனைக்கு உகந்த தெனவும் தோன்றும் பாடல்கள் சிலவற்றைத் தொடர்ந்து இப்பகுதியில் வழங்க உள்ளேன். காட்டை அறியச் செடியிலிருந்து தொடங்குவோம்.

2

வான்குருவியின் கூடு

கருத்துக்களைச் சொல்வது இலக்கியமாகுமா? இலக்கியத்திற்கும் கருத்துகளுக்கும் உள்ள தொடர்பு தான் என்ன? 'யாதும் ஊரே யாவரும் கேளிர்' என்னும் பூங்குன்றனாரின் தொடரும் 'ஒன்றே குலம் ஒருவனே தேவன்' என்னும் திருமூலரின் அடியும் பழமொழியைப் போலப் புழங்கி வருகின்றன. இவற்றில் என்ன கவித்துவம் உள்ளது? 'யாதும் – யாவரும்' 'ஒன்றே – ஒருவனே' என மோனை அமைந்துள்ள தொடர்கள். இவை இத்தனை பிரபலமானதற்கு மோனையும் ஒரு காரணம்தான். ஆனால் அந்த மேற்பூச்சுக்களை எல்லாம் கடந்த ஒரு கனவு இத்தொடர்களில் உள்ளது. விரிவு பெற்றுப் பறக்க விழையும் கனவு அது. தான், தன் உடைமை, தன் கருத்து, தன் நம்பிக்கை என்னும் குறுகிய உலகைக் கடந்து விஸ்தாரமாகிப் போய் மற்றதை, மற்றதின் உடைமைகளை, மற்றதின் கருத்துக்களை, மற்றதின் நம்பிக்கைகளை அங்கீகரித்துக்கொள்ளும் மன விரிவு இந்த அடிகளுக்குள் இருக்கின்றது.

தம்மைப் பெருந்தன்மை உடையவர்களாகக் காட்டிக்கொள்ளும் யாரும் இந்த அடிகளைத் தாராளமாகப் பயன்படுத்திக்கொண்டிருக்கின்றனர். மேடைகளில் இன்னும்கூட மேற்கோள் காட்டப் பட்டுக்கொண்டிருக்கும் இத்தொடர்களை விளக்கப்புகும் எவரும் கருத்தைத் தவிர வேறெதெனைச் சொல்ல முடியும்? இவற்றைக் கொண்டு கருத்துத்தான் இலக்கியம் என்று முடிவு கட்டிவிட இயலாது. கருத்தாக எஞ்சும் ஆயிரக்

கணக்கான அடிகளை நம் இலக்கியக் கிடங்கிலிருந்து எடுத்துக் காட்ட முடியும். எந்த ஆற்றலும்அற்றுத் தேமேவென்று கிடக்கும் அவை எல்லாவற்றிற்கும் இலக்கிய அந்தஸ்து கிடைத்துவிடவில்லை.

திருக்குறளை இலக்கியம் என்று ஒத்துக்கொள்ள முடியாதவர்கள் உண்டு. கருத்துகளைத் தொகுத்துச் சொல்லும் நூலை எப்படி இலக்கியம் என்று ஏற்றுக்கொள்வது எனக் கேள்வி எழுப்புவர். கருத்தை மற்றவர் மனம் கொள்ளும்படி சொல்வது வெகு சிரமமான காரியம். திருவள்ளுவர் அதை உணர்ந்தவர். அதனால்தான் கருத்துகளைச் சொல்வதற்குப் பலவிதமான உத்திகளை அவர் கையாள்வார். சாதாரண வாக்கியத்திலிருந்து உணர்ச்சிப் பிழம்பான தொடர்கள்வரை எத்தனையோ விதங்களைத் திருக்குறளில் காணலாம். நீதி நூலை இலக்கியமாகத் தர திருவள்ளுவரால் முடிந்திருக்கிறது.

சமூகத்திற்குக் கருத்துத் தேவை எப்போதும் உள்ளது. கருத்துகள் விவாதத்தை முன்னெடுக்கின்றன. கருத்துகள் உறவுகளைத் தீர்மானிக்கின்றன. கருத்துகள் விழுமியங்களைச் சுமந்து செல்கின்றன. கருத்துகளினூடாகவே சமூகம் தன்னைப் புனரமைத்துக்கொள்கிறது. பின்தங்கலும் முன்னேற்றமும் கருத்துக்களினாலேயே திகழ்கின்றன. கருத்துக்களால் பாதிக்கப் படாத மனிதன் உண்டா? அதுவும் சட்டென மனத்தைப் பற்றும்படி சொல்லப்பட்ட கருத்துக்களுக்கு இறக்கைகள் முளைத்துவிடுகின்றன. மொழி அந்தக் கருத்தை லாவகமாகத் தாங்கிச் செல்கிறது. அங்கே கருத்தா இலக்கியமா என்னும் பிரிப்புக் கெல்லாம் அர்த்தமில்லை. தர்க்கங்களைக் கடந்த செயல்பாடு நிகழும் தளத்தில் வாதங்களுக்கென்ன வேலை?

கல்லூரி மாணவனாக இருந்தபோது, இடைக்காலத்து ஔவையார் பாடல் ஒன்றைப் படித்தேன். அப்பாடலின் கடைசி அடி என் மனத்தில் ஒட்டிக்கொண்டது. வெண்பாவில் அமைந்த அந்தக் கடைசிக்கு முந்தைய மூன்றடிகள் கடைசி அடியின் கருத்தை மந்திரமாக்கும் முழு முயற்சியில் இறங்கி வெற்றி பெற்றிருந்தன. கிராமத்திலிருந்து, கல்வி சார்ந்த பின்னணி எதுவும் இல்லாமல் கல்லூரிப் படிப்புக்கு வந்து சேரும் முதல் தலைமுறை மாணவனுக்கு ஏற்படும் தாழ்வுணர்ச்சி எனக்குள் நிறைந்திருந்த காலம். சக மாணவர்களுடன்கூட இயல்பாகப் பழக இயலாமல் ஒதுங்கி நின்றிருந்தேன். என்னை எவ்வாறு முன்னெடுத்துச்செல்வது என்பது தெரியாமல் புழுங்கித் தவித்த பருவம். அப்போது இந்தப் பாடலைப் படிக்க நேர்ந்தது.

மையிருட்டில் தடுமாறிக்கொண்டிருப்பவனுக்கு அவ்வப் போது வெளிச்சம் பெய்து வழிகாட்டும் மின்னலென இந்தப்

பாடல் தொடர்ந்து என்னை முன்னிழுத்துச் சென்றது; சென்று கொண்டிருக்கிறது. என்னுள் புதுக்கருக்கு அழியாமல் சுழலும் பாடல் இது. கல்லூரிச் சூழலைச் சமாளித்துக் கல்வியில் மேற்செல்ல, படைப்புகளில் தொடர்ந்து இயங்க என எல்லா நிலைகளிலும் இந்தப் பாடல் எனக்கு உதவியிருக்கிறது. இன்றைக்கு ஆசிரியப் பணியிலும் நான் அதிகம் மேற்கோள்காட்டிப் பேசுகிற பாடலும் இதுவே. திரும்பத் திரும்பப் பயன்படுத்தினாலும் தேய்ந்து பழசாகிப் போகாத திறன் இப்பாடலுக்கு உண்டு.

இப்பாடலின் கடைசி அடி ரொம்பவும் சாதாரண வார்த்தைகளால், எளிமையாகப் புனையப்பட்டது. இதுதான் –

'எல்லார்க்கும் ஒவ்வொன்று எளிது.'

ஔவையாரின் புகழ் பொறுக்காத புலவர் பலர் இகழ்ந்து பேசி வாதுக்கழைத்த சமயத்தில் மிகவும் அடக்கமாக அவர் சொன்ன மொழி இதுவெனக் கதை கூறும். கதை முக்கியமல்ல. இந்தத் தொடர், நம் சமூகத்தில் நிலவும் பொதுப்புத்திக்கு எதிரானது. ஒருவருக்கு எது எளிதாகக் கைவருமோ, ஒருவர் எதில் திறன் பெற்றவரோ அதனைத் தேர்வு செய்துகொள்வதற்கு இங்கே அனுமதியில்லை. தம் பிள்ளைகள் ஒவ்வொருவரும் மருத்துவர்களாக வேண்டும் என்னும் கனவில்லாத பெற்றோர் யாரேனும் இருக்கிறார்களா? ஓவியம் தீட்டத் தெரிந்த குழந்தையை ஓவியப் பயிற்சி பெற, விளையாட்டுத்திறன் மிகுந்தவரை விளையாட்டுக்கு அனுப்ப எத்தனை பேர் தயாராக இருக்கின்றனர்? குழந்தையின் ஆர்வம், திறன் இவற்றைப் பற்றி யோசிக்காமல் தம் விருப்பங்களைக் குழந்தையின் மீது திணிக்கும் பொதுப்புத்திக்கு எதிராக, ஒவ்வொருவரின் ஆர்வத்தையும் திறனையும் அங்கீகரித்துப் போற்றும் தொடர் இது. மற்றவர்களோடு ஒப்பிட்டுத் தாழ்வுணர்ச்சி கொண்டு தவிக்கும் மனத்துக்கு 'உனக்கு எளிதாகக் கைவருவது ஒன்றுண்டு' எனத் துணிவு கொடுக்கும் தொடர் 'எல்லார்க்கும் ஒவ்வொன்று எளிது.'

இந்தக் கருத்தை மனத்தில் அடித்து நிறுத்துவதற்கு ஔவையார் கையாளும் உத்தி வெகு சிறப்பானது. அவர் சொல்கிறார்! தென்னங் கீற்றின் ஒரு தோகையில் தொங்கும் தூக்கணாங் குருவிக் கூடு பார்த்திருக்கிறீர்களா? மிகவும் நுட்பமான பின்னல் வேலை. முத்திரை பதிப்பதற்கு அரக்கு பயன்படுத்துகிறோமே, அந்த வலிமையான அரக்கை உருவாக்குவது சிறு பூச்சிதான். அழகான புற்றுகளைக் கட்டியமைப்பது சின்னஞ்சிறு கறையான். தேன் கூடு, சிலந்தி வலை – இவற்றின் நுணுக்கம் வேறு யாருக்குக் கைவரும்? எத்தனையோ படித்த பொறியாளர்களாலும் முடியாத செயல்கள் சின்னஞ்சிறு உயிரிகளால் முடிகின்றன. ஆகவே என்னுடைய

வேலைதான் சிறந்தது. நான்தான் திறமையுடையவன் என்று பெருமை பீற்றித் திரிய வேண்டாம் மனிதர்களே. 'எல்லார்க்கும் ஒவ்வொன்று எளிது.' முழுப்பாடல் –

வான்குருவி யின்கூடு வல்லரக்குத் தொல்கறையான்
தேன்சிலம்பி யாவர்க்கும் செய்யரிதால் – யாம்பெரிதும்
வல்லோமே என்று வலிமைசொல் வேண்டாங்காண்
எல்லார்க்கும் ஒவ்வொன்று எளிது.

பல்கலைக்கழகத் தேர்வு முடிவுகள் வெளிவரும் ஒவ்வொரு முறையும் இந்தப் பாடலைப் பயன்படுத்த வேண்டிய தேவை எனக்கு நேரும். இலக்கணத்தில் திறனுடைய மாணவர் இலக்கியத்தில் மதிப்பெண் குறைந்திருப்பார். இலக்கியப் பிரிவுகளுக்குள்ளும் மாணவருக்கிடையே வேறுபாடு இருக்கும். விளையாட்டில் பல பரிசுகள் பெற்றிருக்கும் ஒருவர் மிகக் குறைந்த மதிப்பெண் பெற்றுத் தேர்ச்சியடைந்திருப்பார். இல்லை தோல்வியுற்றிருப்பார். அந்தச் சமயங்களில் உணர்வுப்பூர்வமாக இந்தப் பாடலைப் பயன்படுத்துவேன். பாதிக்கப்பட்டவருக்கு இது எத்தனை உத்வேகத்தைத் தரும் என்பது அவர்கள் நிலையிலிருந்த எனக்கு நன்றாகப் புரியும். சுயமுன்னேற்ற நூல்கள் தரும் புஸ்வாணத் தன்னம்பிக்கை அல்ல இது. எதையும் சாதித்துவிட முடியும் எனப் பொய்யுற்சாகம் தருபவை அந்நூல்கள். உனக்குள் ஒரு திறமை இருக்கிறது. அது உனக்கு எளிதாகக் கைவருவது என்று சொல்லி, இருப்பதைக் கண்டுணர்த்தும் பாடல் ஔவையாருடையது.

கல்லூரிப் பணியில் நானும் என் நண்பர்களும் புதிதாகச் சேர்ந்தோம். சிறு பையன்கள் என்று எங்களைக் கேவலமாக நடத்திய அதிகார பீடமொன்று 'உங்களை எல்லாம் சக்கையைப் போல் தூக்கி வீசிவிடுவேன்' என்று ஆணவம் பேசியது. அந்தச் சந்தர்ப்பத்தில் கிடைத்த வாய்ப்பொன்றில் ஔவையாரின் இந்தப் பாடலை மேற்கோள் காட்டிப் பேசினேன். என் கருத்துப் போய்ச்சேர வேண்டிய இடத்தில் சரியாகப் போய்ச் சேர்ந்தது. 'நாங்கள் நுட்பமான வேலைத்திறன் கொண்டவர்கள். உன் மரமண்டைக்கு அது புரியாது' எனச் செமையாகப் போட்டு விட்டீர்கள் என்று நண்பர்கள் மகிழ்ந்தனர். இதுபோல இந்தப் பாடல் மூலம் ஔவையார் எனக்குக் கைகொடுத்த, கை கொடுக்கின்ற இடங்கள் பல. கொடுப்பார் என்னும் நம்பிக்கையும் உண்டு. அத்தனை ஆழம் பொதிந்த பாடல் இது.

ooo

3

சிவனானேன்!

ஒரு படைப்போடு மனம் நெருக்கம்கொள்ள எத்தனையோ காரணங்கள் இருக்கக்கூடும். படைப்பில் வெளிப்படும் அனுபவம் புதிய உலகைநோக்கி அழைத்துச் செல்லலாம். புதிய அனுபவங்களை உள்வாங்கிக்கொள்ளும் விரிந்த மனம் உடையவர்களுக்கு அவ்வனுபவம் எளிதில் சாத்தியமாகும். சில படைப்புகள் ஏற்கனவே நமக்குள் புதையுண்டு கிடக்கும் அனுபவத் திரளின் ஒரு பகுதியைக் கிளறி மேலெழச் செய்வனவாக அமையக்கூடும். இத்தகைய படைப்புகளோடு உடனே மனம் ஐக்கியமாகிக் கொள்ளும். சிலவற்றைப் படிக்கும்போது பெரிதாக ஒன்றும் தோன்றாது. வெகுசாதாரணமாக அதனைக் கடந்து சென்றுவிடலாம்; அது எந்த மூலையிலும் தங்கி நிற்காது என்றே நினைத்திருப்போம். ஆனால் நாம் எதிர்பார்க்காத சூழலில் முன்வந்து நின்று 'பார்த்தாயா என்னை' என்று முகம் காட்டும். அப்படைப்பின் சாரத்தை உள்வாங்கிக்கொள்ள அதன் அனுபவ உலகுக்கு மிகவும் நெருங்கிய அனுபவம் ஒன்றுக்கு நாம் ஆளாக வேண்டும். காத்திருந்து தன்னை உணர்த்தும் சிறப்பு வாய்ந்தவை அப்படைப்புகள்.

'தருமமிகு சென்னை' என்று வள்ளலார் சென்னையைப் பற்றிக் குறிப்பிட்டிருந்த தொடரைப் படித்திருந்தேன். அப்போது சென்னைக்கு ஒரு முறையும் சென்றிருக்கவில்லை நான். ஆனால் சென்னையைப் பற்றி இத்தனை உயர்வாகக்

குறிப்பிட்டிருக்கிறாரே என்று வியப்பு தோன்றியதோடு சரி. சில ஆண்டுகள் கழித்துத் தனிப்பாடல் திரட்டில் ‘இராம கவிராயர்’ பாடல்களைப் படித்தேன். அப்போது சட்டெனக் கவனத்தை ஈர்த்தது ஒரு பாடல்.

வள்ளலாரின் ‘தருமமிகு சென்னை’க்கு எதிரான சித்திரம் அது. இராம கவிராயர் சென்னைக்குச் சென்றபோது பட்ட பாட்டை எழுதியிருந்தார். நகைச்சுவையும் இரட்டுற மொழிதலும் (சிலேடை) அமைந்திருந்த அப்பாடலைக் கடைவாய்ச் சிரிப்போடு படித்துக் கடந்துவிட்டேன். இராம கவிராயர் கொஞ்சம் குசும்புகள் செய்பவர் என்பது அவர் பாடல்களைப் படித்தபோது தெரிந்தது. காளமேகப் புலவரில் கால்வாசியளவு ‘விவகாரமானவர்’ என்று சொல்லலாம். வெண்பா எளிமையாகக் கைவரப் பெற்றவர். அவருடைய வேறுசில பாடல்கள் எனக்குப் பதிந்த அளவுகூடச் சென்னையைப் பற்றிய பாடல் பதியவில்லை. முதல்முறை படித்தபின் திரும்பவும் படிக்கத் தோன்றவில்லை. ஆகவே அந்தப் பாடல் எனக்குள் எங்கும் ஒளிந்திருக்க வாய்ப்பே இல்லை.

அதன்பின் சில ஆண்டுகள் கழித்துச் சென்னையிலேயே தங்க வேண்டியிருந்தது. சென்னை எனக்குப் பிடித்த நகரமாக இருக்கவில்லை. பல விஷயங்களை அறிமுகமாக்கிக்கொள்ளவும் என் படைப்பு உந்துதல் துலக்கம் பெறவும் சென்னைதான் காரணமாக இருந்தது. எனினும் அதனோடு ஒன்றிப்போக முடியவில்லை. ‘தாமரை இலைத் தண்ணீர் போல’ அங்கே இருந்தேன். ஓராண்டுக்கு மேலாக நான் தங்கியிருந்த ஓர் அறையில் தண்ணீர் வசதியேயில்லை. ஒரு கிணறு இருந்தது. அருகிலேயே கூவம். அத்தோடு கிணற்றை ஒட்டிக் கழிப்பறைகள். கழிப்பறைத் தொட்டி நீர் கிணற்றில் இறங்கித் தொலையுமோ என்னவோ. தண்ணீர் நாறும். சேற்றோடு கலந்து வருவதால் எல்லாரும் ‘சேற்று நாற்றம்’ என்று சமாதானம் கொள்வோம். இரவே சேந்தித் தெளிய வைத்தால் காலையில் குளிக்கலாம். அதற்கும் போட்டி இருக்கும். மூன்று நாள், நான்கு நாள்களுக்கு ஒருமுறைதான் குளிப்பேன். நண்பர்கள் வீடெதிலும் குளிக்கும் வாய்ப்புக் கிடைக்குமோ எனப் பார்த்துவிட்டுக் கிடைக்காதபட்சத்தில் அங்கே குளிப்பேன்.

கோடைகால நாளொன்றில் மேலெல்லாம் கசகசத்தது. வேர்வை நாறியது. என்னுடைய தோற்றம் எனக்கே அருவருப்பூட்டியது. ஒரு ஜோல்னாப் பையோடு ஏதோ வீதியில் நடந்துகொண்டிருந்தபோது வார்த்தைகள் பிடிபட்டன. ‘சென்னபுரி மேவிச் சிவனானேன்.’ இந்தத் தொடர் எங்கே வருகிறது என்பது தெரியவில்லை. உள்ளுக்குள் துழாவிப் பார்த்தேன். அந்தத் தொடரைத் தவிர முன்னும் பின்னும் ஏதுமில்லை. அந்தரத்தில்

நின்ற தொடரைப் பிடித்துத் தொங்கிக்கொண்டிருப்பதைத் தவிர வேறு வழியில்லை.

'சென்னைக்குச் சென்று சிவபெருமானாக உயர்ந்தேன்' என்று ஒருவர் சொல்வாரேயானால் காரணம் என்னவாக இருக்கும்? கடவுளாகும் பேறு சாதாரணமானதா? மேலே என்ன சொல்கிறார் என்பதை அறிந்துகொள்ள ஆவலாயிருந்தேன். இது ஏதோ தனிப்பாடல்தான் என்று தோன்றியது. ஏனென்றால் தனிப்பாடல்கள் என்னுள் நீரோட்டம் போல ஓடிக்கொண்டிருந்த காலம் அது. தனிப்பாடல் திரட்டுகளை எடுத்துத் தேடிப் பாடலைக் கண்டடைந்தேன். அதன்பின் அந்தப்பாடல் ரீங்காரம்போல் எனக்குள் பதிந்துபோயிற்று.

இராம கவிராயர் சென்னைக்குச் சென்று பட்ட கஷ்டம் கொஞ்ச நஞ்சமல்ல. அவருக்கு நல்ல உணவே கிடைக்கவில்லை. சுத்தமாகக் குளிக்க முடியாத காரணத்தால் விரலிடுக்குகளில் சிரங்கு பற்றிக்கொண்டது. உடுத்துவதற்கு இடுப்பில் சிறு ஆடையைத் தவிர வேறில்லை. மயிர்கள் ஒன்றோடு ஒன்று முறுக்கிச் சடை விழுந்துவிட்டது. உடம்பெல்லாம் புழுதி.

இந்தச் சிரமங்களை எல்லாம் நானும் பட்டேன். முதலில் சோறு. கஞ்சி வடிக்காத சோறுதான் எங்கள் ஊர்ப்பக்கம். விறகடுப்பிலேயே ஆக்கினாலும் கஞ்சி வடிக்கமாட்டார்கள். காய்ச்சல், தலைவலி என்று உடம்புக்கு முடியாதபோது குடிப்பதற்காகக் கஞ்சி வடிப்பார்கள். அவ்வளவுதான். சென்னையில் எங்கு சென்றாலும் வடித்த சோறு பொலபொலவென்று கொட்டும். சக்கையைக் கொறிப்பது போலத்தான் ருசி. சாப்பாடே பிடிக்கவில்லை. குளிக்க முடியாத காரணத்தால் எங்கே சிரங்கு உள்ளிட்ட நோய்கள் பற்றிக் கொள்ளுமோ என்னும் பயமிருந்தது. முழு ஆடை என்றாலும் துவைத்து உடுத்த முடியவில்லை. தலைக்குக் குளிப்பதேயில்லை. ஊருக்குப் போகும்போது தலைக்குக் குளிப்பதோடு சரி. அடுத்த குளியல் மீண்டும் ஊருக்குப் போகும்போதுதான். ஆகத் தலை அழுக்கடைந்து மயிர்கள் பிசின் போலத்தான் இருக்கும். அண்ணா சாலையில் ஒருமுறை 'உச்சநேரம்' என்று சொல்லும் நேரத்தில் போய்ப் பார்ப்பவர்களுக்குத் தெரியும். புகை மூச்சடைக்கும். கண் எரிச்சல்கொள்ளும். கவிராயர் காலத்தில் புழுதி என்றால் இப்போது புகை.

இந்தச்சிரமங்களைச் சொல்லும்போது அவை அவருடையவை யாக இல்லாமல் அவை என்னுடையவையாக மாறி விடுகின்றன. ஆக இந்தப் பாடல் என்னுடைய அனுபவம். வெறும் சிரமங்களைப் பட்டியலிடுவதால் சிறப்பு ஒன்றுமில்லை. சிரமங்கள் மிகும்போது உயர்ந்த நகைச்சுவையாக அவை வெளிப்பாடு பெறுகின்றன.

சென்னைக்குச் சென்றவுடன் அவர் நிலை உயர்ந்துவிட்டதாம். அதுவும் சாதாரணமாக அல்ல. கடவுள் நிலைக்கு.

சிவனுக்கும் கவிராயருக்கும் (எனக்கும்) பல ஒற்றுமைகள். அன்னப் பறவை வடிவெடுத்துச் செல்லும் பிரமனால் சிவனை அறிய முடியவில்லை. கவிராயரும் நல்ல அன்னம் (சோறு) அறிய வில்லை. ஆக 'அன்னம் அறியாதவர்' இருவரும். கவிராயருக்குக் கையில் சிரங்கு. சிவனுக்குக் கையில் சிரம் (மண்டையோடு). இடுப்பில் சோமன் (உடை) கவிராயருக்கு. சிவனுக்குத் தலையில் அரைச் சோமன் (பிறைநிலா). இருவருக்குமே சடாமுடி. சிவன் மேனி முழுக்கப் பால் வெண்ணீறு. கவிராயருக்கோ புழுதிப்படலம். ஆகவே கவிராயரும் சிவனாகிப் போனார்.

பேச்சு வழக்கில் 'சிவனேன்னு கெடக்க வேண்டியதுதான்' என்று சொல்வார்கள் . எதுவும் செய்ய இயலாமல் சும்மா இருக்கும் நிலை அது. கவிராயரும் செயல்பாடுகளற்றுச் சிவனே என்றிருக்க வேண்டியவரானார். 'சென்னபுரி மேவிச் சிவனானேன்' என்பது எவ்வளவு பொருத்தம்! அதுவும் சாதாரண சென்னை அல்ல. சென்னபுரி. நாட்டுப்புறக் கதைகளிலெல்லாம் சொல்வார்களே மதுராபுரி, இத்தினபுரி என்றெல்லாம் அப்படிப்பட்ட 'புரி' இது. வானுலகத்தில் இருக்கும் குபேரனின் தலைநகராகிய வையாபுரி போன்ற சென்னபுரி. வளமெல்லாம் நிறைந்த சென்னபுரி மேவி என்ன பயன்? சிவன் போலப் பிச்சாண்டியாக அல்லவா அலைய நேர்ந்துவிட்டது.

பாடல்:

சென்னபுரி மேவிச் சிவனானேன் நல்லதொரு
அன்னம் அறியா தவனாகி – மன்னுசிரங்
கைக்கொண்டு அரைச்சோமன் கட்டிச் சடைமுறுக்கி
மெய்க்கொண்ட நீறணிந்து மே.

சென்னை என்றல்ல. ஒருவரும் அறிமுகமற்ற ஊரில் நிலை கொள்ள முயலும்போது நேரும் அனுபவம்தான் இது. இராம கவிராயர் தன்னுடைய நகைச்சுவைத் திறனால் அவ்வனுபவத்தை நிலைநிறுத்திவிட்டார். உயர் பொருளைத்தான் உவமையாகச் சொல்ல வேண்டும் என்பது இலக்கண விதி. தன்நிலை இழிவாக இருப்பினும் சிவபெருமானை உவமையாக்கித் தன்னை உயர்த்திக்கொண்ட இராம கவிராயரின் தர்க்கமும் சாதுர்யமும் ரசிக்கத்தக்கன.

○○○

4

அந்தகனே நாயகன்

தமிழ் இலக்கியத்தைப் பட்ட வகுப்பில் படிக்கிறவர்கள் எதிர்கொள்ளும் தர்மசங்கடங்கள் பலப்பல. 'புலவர்' என்று கேலி செய்வது பொது. நண்பர், உறவினர் வீடுகளுக்குச் செல்லும்போது 'நீங்க பட்டிமன்றத்துல பேசலாமே' என்பார்கள். தமிழ் படித்தவர்கள் பிரபலமடைவதற்கும் பணம் சம்பாதிப்பதற்கும் பட்டிமன்றம் ஒன்றே வழி என்பது பொதுமக்கள் கருத்து. பட்டிமன்றத்தைப் பற்றிய என் பார்வையை விவரித்து அவர்களுக்குப் புரியவைப்பது சிரமம். அவர்கள் ஒருமாதிரி பார்த்தாலும் 'பட்டிமன்றத்துல எனக்கு ஆர்வம் கெடையாது' என்று சொல்லி அந்தப் பேச்சுக்கு முற்றுப்புள்ளி வைக்கவேண்டியிருக்கும்.

என் கல்லூரிக் காலத்தில் அதிகமாகக் கவிதைகள் எழுதிக்கொண்டிருந்தேன். 'ஏன் தமிழ் படிக்கச் சேர்ந்தாய்' என்று கேட்பவர்களுக்கு ஒரு காரணம் சொல்ல வேண்டுமென்பதற்காக 'நான் கவிதையெல்லாம் எழுதுவேன். அதான்' என்று சொன்னால் ஆச்சர்யப்படுவார்கள். ஆச்சர்யப்பட்ட யாருமே என் கவிதைகளைப் படிக்க வேண்டும் என்று கேட்டதில்லை. பிறிதொரு சந்தர்ப்பத்தில் அவர்களுக்கு என்னுடைய நினைவு வரும். உடனே அவர்களாகவோ வேறு யார் மூலமாகவோ கேட்பார்கள். அது ஏதாவது திருமணத்திற்கு 'வாழ்த்துப்பா' எழுதச்சொல்வதாக இருக்கும். ஒருசமயத்தில் திருமணங்களில் வாழ்த்துப்பா எழுதித் துண்டறிக்கையாக விநியோகிப்பது, படச் சட்டகம்

போட்டுப் பரிசளிப்பது, ஒலிவாங்கியில் வாசிப்பது போன்றவை யெல்லாம் முறையாக இருந்தன. ஆகவே வாழ்த்துப்பா எழுதும் தேவை இருந்தது. என்னைப் போன்றவர்களுக்குக் கிராக்கியும் உண்டு.

தொடக்கத்தில், கேட்பவர்களுக்கெல்லாம் எழுதிக் கொடுப்பேன். உடன் பயின்ற நண்பர்களே வியக்கும்படி சில நிமிடங்களில் வாழ்த்துப்பா எழுதிவிடுவேன். மணமகன், மணமகள் பெயர்கள் பொருத்தமான அடைகளோடு வந்து சேரும். கேட்பவர்களுக்கு ரொம்பவும் பிடித்துப்போகும். பழகப் பழக அதில் சலிப்பு வந்து சேர்ந்தது. முன்கூட்டியே தயாரித்த சில வரிகளை வைத்துக்கொண்டு பெயர்களை மட்டும் மாற்றி எழுதிக் கொடுத்துவிடுவேன்.

மதனுடன் ரதிசேரும் மதிவளர் நன்னாளில்
இதமுடன் திருமணம் இனிதாய்க் காணும்
என்னினிய நண்பரே!

என்னும் தொடக்கம் பரவலாய்ப் பாராட்டுப் பெற்ற ஒன்று. என் கவிதைகள் எல்லாம் குறிப்பேட்டில் படிப்பாரற்றுக் கிடக்க, இந்த வாழ்த்துப்பாவுக்கு இருந்த மவுசு மிகுதி. கவிதைகளைப் படித்துப் பொறுப்போடு கருத்துச் சொல்பவர்களைக் கண்டடைவதற்கு நான் செய்த பிரயத்தனங்கள் அனேகம். சூழலிலிருந்து அந்நியப்பட்டவ னாக நொந்து திரிந்தபோதில் இரட்டைப் புலவர்களின் பாடல் ஒன்றைப் படிக்க நேரிட்டது. என் நிலைக்கு உகந்த பாடல் அது. மனதிற்கு மிகுந்த ஆறுதலைக் கொடுத்த பாடல்.

முதுசூரியர், இளஞ்சூரியர் என்னும் பெயர்களைக்கொண்ட அவர்களில் ஒருவர் குருடர்; மற்றொருவர் முடவர். குருடரின் தோளில் முடவர் அமர்ந்துகொண்டு வழிகாட்டக் குருடர் நடந்து செல்வார். அவர்களின் காலம் கவிஞர்கள் வள்ளல்களைத் தேடி நடையாய் நடந்த காலம். வெகுதூரம் நடந்து சென்று ஒருவனைப் பார்த்துப் பாடல் பாடுவார்கள். அருமை தெரிந்தவனாக இருந்தால் சுவைப்பான்; பாராட்டுவான்; பரிசுகள் வழங்குவான். அப்படிப் பட்ட சுவைஞர்கள் எங்கோ ஓரிருவர்தானே கிடைக்கிறார்கள். பெரும்பாலான மனங்கள் கவிச்சுவை அறியா மூடமனங்களாக அல்லவா இருக்கின்றன? அப்படி ஒரு மூடனைச் சந்தித்து அவமானப்பட்டுத் திரும்பும் வழியில் இரட்டையரில் ஒருவர் அடியெடுத்துப் பாடுகிறார்.

மூடர்முனே பாடல் மொழிந்தால் அறிவரோ
ஆடெடுத்த தென்புலியூர் அம்பலவா

முதல் அடி பெருமூச்சோடு வந்து விழுகிறது. இரண்டாம் அடி தில்லை நடராஜனிடம் இதை முறையிடுவதாகத் தொடர்கிறது.

இறைவனிடம் அல்லாமல் இதுபோன்ற விஷயங்களை வேறு யாரிடம் போய் முறையிட முடியும்? 'தில்லை அம்பலத்திலே நடனமாடுகின்ற சிவபெருமானே! மூடரின் முன்சென்று இனிய கவிதை ஒன்றைப் பாடினால் அதன் சிறப்பை அவர் அறிவாரோ? என்று அன்றைய அனுபவத்தை வருத்தத்தோடு வடித்தார் ஒருவர். 'மூடர்முனே பாடல் மொழிந்தால் அறிவரோ' என்னும் அடியை எத்தனையோ முறை எனக்குள் சொல்லிக்கொண்டிருக்கிறேன். மனதின் வருத்தத்தைப் போக்கித் திருப்தி தரும் சஞ்சீவியாக அவ்வடிகள் இருந்திருக்கின்றன.

இந்தப் பாடலின் அடுத்த இரு அடிகள்தான் முக்கியமானவை. பலவிதமான சிந்தனைகளை உண்டாக்குபவை. முதல் அடியின் பொருளுக்குப் பொருத்தமாக அமைக்கப்பட்ட உவமைதான் அடுத்த இரு அடிகள். 'மணப்பெண்ணை மிகவும் அழகாகத் திருமகளைப் போல அலங்கரிப்பதால் பயன் என்ன? குருடனே கணவனாக அமைந்தால்' என்பது அவ்வுவமை. பெண்ணைச் சிங்காரிப்பது கணவனுக்காக. கணவன் கண்டு கண்டு ரசிக்க வேண்டும் என்பதற்காக. இங்கோ அந்தக் கணவன் குருடனாக இருக்கிறான். குருடனுக்கு முன்னால் பெண்ணை அலங்கரித்து நிறுத்தினால் என்ன, அலங்கரிக்காமல் நிறுத்தினால் என்ன? அழகான, சிங்காரிக்கப்பட்ட பெண்தான் பாடல். பொருளுக்கு ரொம்பவும் பொருத்தமான உவமை.

இரட்டைப் புலவர்களுள் ஒருவர் குருடர். நிச்சயமாக இந்த உவமையைக் குருடர் சொல்லியிருக்க மாட்டார் என்று தோன்றியது. முதல் இரண்டடியைக் குருடர் பாட, உவமைப் பகுதியை முடவரே பாடியிருக்க வேண்டும். இந்தச் சிரமத்திற்கு ஆளாக்கியவர் குருடராக இருந்திருக்கக் கூடும். அதனால் அவர்மீது இருந்த எரிச்சலில் 'குருடனுக்கு அழகு தெரியுமா' என்று முடவர் வாரி விட்டார் போலும். உடனிருப்பவர் குருடர் என்று தெரிந்தும் இப்படி ஒரு உவமையைச் சொல்ல மனம் வந்ததெனில் அதற்குப் பின்னணி இருக்க வேண்டுமல்லவா? எரிச்சல் தொனியோடு பாடலைப் படித்தால் ரொம்பவும் சரியாக வருகிறது. 'மூடர்முனே பாடல் மொழிந்தால் அறிவரோ' என்னும் அடியே அறிந்துகொள்ளாத மூடனைப் பற்றிய எரிச்சலோடுதானே தொடங்குகிறது. அறியாமையைக் கண்டவிடத்து அறிந்தவர்க்கு எரிச்சலும் கோபமும் உண்டாவது இயல்பு. அதன் வெளிப்பாடாக இந்தப் பாடல் தோன்றி முடவர்க்கும் குருடர்க்கும் இடையே பிணக்கு ஏற்படும் காட்சிகள் என்னுள் கற்பனையாய் விரிந்தன. இந்தப் பாடலை வைத்து இருவருக்கும் இடையே சண்டை மூட்டிப் பார்க்க ஆனந்தம்.

சில நாட்கள் கழித்து, 'இந்த உவமையை ஏன் குருடரே சொல்லியிருக்கக் கூடாது' என்று தோன்றிற்று. திரும்பப் பாடலைச் சொல்லிப்பார்த்தேன். ஒருவகைத் தன்னிரக்கச் சாயல் படிந்ததாகப் பாடல் அர்த்தமாயிற்று. அழகைப் பார்த்து ரசிக்க இயலாத வருத்தம் தன்னிரக்கமாக இந்த உவமையில் வெளிப்படுகிறது. இந்தப் பாடலின் உவமை குருடருடையது என்றால், பாடலையே மாற்றிப் படிக்க வேண்டும். 'மூடர்முனே பாடல் மொழிந்தால் அறிவரோ' என்பது பாடல் பொருளன்று. அதுதான் உவமை. இவ்வளவு நேரம் உவமை என்று கருதிய 'குருடன் முன் அலங்கரித்த பெண்' என்பதுதான் பாடலின் பெருள். குருடர் தன்நிலையை இப்பாடலில் இரங்கத்தக்க வகையில் பாடியிருக்கிறார். துயரம் தொனிக்கும் பாடலல்லவா இது என்று மனதுக்குப் பட்டது. எரிச்சல் தொனியைவிடத் துயர உணர்ச்சியே மிகுந்திருப்பதாக உணர்ந்தேன். அழகு அழகு என்று எல்லாரும் போற்றிக்கொண்டிருப்பதை உணர இயலாத் துயரம் அனுபவிக்கும் மனதிற்கல்லவா முழுக்கத் தெரியும். புற உலக மூடன் ஒருவனைப் பற்றி முடவர் பாடத் தொடங்க அதைத் தன்னுடைய பாட்டாகக் குருடர் மாற்றிவிட்டாரே என்று வியந்துபோனேன்.

முழுப்பாடல்:

மூடர்முனே பாடல் மொழிந்தால் அறிவரோ
ஆடெடுத்த தென்புலியூர் அம்பலவா – ஆடகப்பொன்
செந்திருவைப் போலணங்கைச் சிங்காரித் தென்னபயன்
அந்தகனே நாயகனா னால்.

'அந்தகனே நாயகனா னால்' என்ற அடியில் வரும் ஏகாரம் தன்னிரக்கப் பொருளைத் தந்து குருடரின் குரலாக ஒலிப்பதை உணரலாம். அதற்கேற்ப முழுப் பாடலிலும் துயரம் பொங்குகிறது. பொது விஷயத்திற்காகக் கடவுளிடம் முறையிடுவோர் உண்டோ? சொந்த விஷயத்திற்காகக் கடவுளிடம் முறையிடுதல் முறை. 'ஆடெடுத்த தென்புலியூர் அம்பலவா' என்ற அழைப்பில் 'என்னை இவ்விதம் அந்தகனாகப் படைத்துவிட்டாயே' என்னும் முறையீடு ஒலிக்கிறது. குருடருக்கிருந்த திருமண ஆசையையும் இப்பாடல் உள்ளடக்கி இருக்கும் போலிருக்கிறதே. அந்த நோக்கிலும் கொஞ்சம் யோசித்துப் பாருங்களேன். மனம் தன் விருப்பை எதிர்மறையாய் வெளியிடுவது இயல்புதான்.

○○○

5

காருலவும் கொங்கு

படைப்பின் தரத்தை மதிப்பிடுவதில் அபிப்ராய பேதங்கள் பல. ஒரு அறவுகோலில் உயர்ந்து நிற்பது, இன்னொன்றில் பாதாளத்திற்குத் தாழ்ந்து விடுகின்றது. மடுவுக்குள் சிறுத்துக் கிடப்பதை வேறொரு பார்வை மலையுச்சித் திருவிளக்காய் மாற்றிப் போற்றுகின்றது. இந்த வேறுபாட்டை என்னவென்று சொல்வது? எதைக் கொண்டு புரிந்துகொள்வது? மனித மனம் தராசு முள்ளைப் போலத் துல்லியமானதா? கண் கட்டிய நீதி தேவதையா? மனம் கண்ணுக்குத் தென்படும் பருப்பொருள் அல்ல. அதன் செயல்படு களத்தை அத்தனை சீக்கிரம் வரையறுத்துவிட முடியாது. மனம் இன்னதெனக் கணக்கிடுதல் சாத்தியமல்ல. அதனால்தான் மனத்தைக் கைப்பற்றும் முயற்சியாகக் காலகாலமாய்த் தொடர்ந்துகொண்டு இருக்கிறது இலக்கியம். மனம் ஏன் ஒன்றுக்குச் சிம்மாசனம் வழங்குகின்றது. வேறொன்றுக்குக் குப்பைக் கூடையைப் பரிந்துரைக்கின்றது என்பதை எளிதாய்க் கண்டுணர இயல்வதில்லை.

படைப்பு குறித்த மதிப்பீகளிடையே செயல்படும் சார்புகளைப் பிரித்துக் காண்பதில எனக்கொரு சுவை உண்டு. சில சார்புகள் நீர்மேல் மிதக்கும் கழிவுகளாய் உடனே தெரிந்துவிடும். சில சார்புகள் நுட்பமாய்ப் பொதிந்து வெளிப்பட்டுவிடாமல் காத்துக்கொள்ளும். சார்பற்று எதுவும் உண்டா? இல்லை என்றுதான் சொல்ல முடிகிறது. தன்னைப்

பிரகடனப்படுத்திக்கொள்ளும் சார்புகள் படைப்பாளியிடத்து அதிகமுண்டு. தன் இடத்தை ஸ்திரப்படுத்திக்கொள்ளும் நோக்கில் பிற படைப்புகளை அணுகும் பார்வை படைப்பாளியின் இயல்பெனப்படுகிறது. விமர்சகரோ எப்போதும் தம் கருத்துகளையே சார்ந்திருப்பவர். அவைதாம் அவருக்கு அடையாளம் வழங்கக்கூடியவை.

சார்பு, பலங்களைப் பலவீனங்களாக மாற்றிக்காட்டும் வல்லமை பெற்றது. பலவீனங்களையோ பலங்களாக்கும். தன் பரப்பை வலிமைப்படுத்திக்கொள்ள எந்த அளவுக்கும் அது கீழிறங்கும். பலங்களைப் பூதாகரப்படுத்தும். பலவீனங்களைச் சமாளிக்கச் சமாதானங்களை உற்பத்தி செய்யும். சார்பைக் கடத்தல் சுலபமல்ல. அதற்காக முயலலாம். மீண்டுவிட முடியாது. மிகச் சின்ன ஒரு விஷயத்தில் என் அனுபவம் இதனை, மீண்டும் மீண்டும் நிரூபித்துக்கொண்டிருக்கிறது.

நான் பிறந்து வளர்ந்து வாழும் என் சிற்றூரை, அதன் அருகிலுள்ள நகரத்தை, குறிப்பிட்ட இயற்கை எல்லைக்கு உட்பட்ட அப்பகுதியை எனக்கு மிகவும் பிடிக்கும். வரலாற்றில் கொங்குநாடு எனக் குறிக்கப்பெறும் இப்பகுதிக்குப் பல தனித்தன்மைகள் உண்டு. தமிழக வரலாற்று நீரோட்டத்திலிருந்து பெரிதும் விலகி நின்றது இப்பகுதி. இலக்கியங்களில் கொங்கு நாட்டைப் பற்றி வரும் இடங்களைத் தேடித் தொகுப்பது எனக்கு விருப்பமான வேலை. கொங்கு நாட்டைப் பற்றிப் பல குறிப்புகள் உள்ளன. எல்லாமே சந்தோசம் தருபவை. என் முன்னோர்களின் வாழ்வைப் பற்றிய மெலிந்த சித்திரங்கள். அவற்றின் பல கூறுகள் இன்னும் தொடர்வதைக் கண்டு மனம் துள்ளுவதுண்டு. ஆனால் ஒரே ஒரு இடைவெட்டு எல்லாவற்றையும் குலைத்துப் போட்டுவிட்டது.

தனிப்பாடல் திரட்டில் கம்பர் பாடியனவாகச் சில பாடல்கள் உள்ளன. சுதந்திர நாட்டமுள்ள நாடோடி என அவரைப் பற்றிய கதைகள் கூறும். சாதாரண மக்களே அவர் இயைந்து பழகுவதற்கேற்றவர்களாக இருந்துள்ளனர். சோழநாட்டைச் சேர்ந்த அவர் கொங்கு நாட்டு வேளாளர்களுக்குத் திருமண 'மங்கல வாழ்த்து'ப் பாடிக் கொடுத்தார் எனக் கதைகளும் நம்பிக்கைகளும் உண்டு. கம்பர் என்னும் கவிச்சக்கரவர்த்தியை என் பகுதி தன்னவராக ஆக்கிக்கொள்ள முயன்றிருக்கிறது. அல்லது அவரோடு தொடர்புடைய ஏதோ ஒரு சிறு நிகழ்ச்சி ஊதிப் பெருக்கப்பட்டு இடையறாத் தொடர்பாகக் கதைகள் உருவாக்கப்பட்டுள்ளன. கம்பரைத் தமக்குக் கட்டுப்பட்டவராகவோ கம்பரே பாடியுள்ளார் எனவோ கம்பரைக் காட்டித் தம் குலப் பெருமையை உயர்த்திக்கொண்டனர் போலும். அப்படிப்பட்ட

கம்பர் பாடிய தனிப்பாடல் ஒன்று 'கொங்கு நாட்டைக் கனவிலும் நினைக்கொணாதே' என்று சொல்கிறது.

அந்தப் பாடல் எனக்குப் பெரும் அதிர்ச்சியைக் கொடுத்தது. கனவில்கூடக் கொங்கு நாட்டை நினைக்கக் கூடாது என இகழ்ந்து அவர் பாடுவதை என் பகுதியின் மீது பற்றுள்ள மனம் எப்படி ஏற்றுக்கொள்ளும்? அப்பாடல் கம்பர் பாடியதல்ல என ஆராய்ச்சியாளர்கள் உரைக்கும் கருத்து சற்றே ஆறுதல் தந்தது. எனினும் பாடல் கருத்து கொடுக்கும் உறுத்தலிலிருந்து தப்பிக்க என்ன செய்வது? யார் பாடியிருந்தாலும் சரி, அந்தக் கருத்து நிலைத்துவிட்ட ஒன்று. யாரோ ஒரு பிற்காலப் புலவர் தவறாகப் பாடியிருக்கிறார் என்று சமாதானம் கொள்ள இயலவில்லை.

அப்படி என்ன சொல்கிறது அந்தப் பாடல்? சேற்று நாற்றம் அடிக்கும் நீர்; கல்லும் முள்ளும் நிறைந்த நிலம்; பட்டி தொட்டி என்னும் ஊர்கள்; கம்பஞ்சோறு உணவு; மக்களின் பெயர்கள் பொம்மன் திம்மன்; நாயையும் பேயையும் போன்ற பெண்கள் – இப்படி இருக்கும் கொங்கு நாடு. இது வாழ்வதற்கேற்றதா. அய்யய்யோ கனவிலும்கூட இப்பகுதியை நினைக்கக் கூடாது.

கொங்கு நாட்டின் இயற்கை அமைப்பையும் மக்களின் வாழ்க்கையையும் மிக மோசமாகச் சித்திரிக்கும் இடப்பாடல் எந்த வகையில் உவப்பளிக்கும்? இந்தப் பாடல் மீதும் பாடியவர் மீதும் கடுங்கோபம் எனக்கு. என் இடச்சார்பு இந்தப் பாடலை ஆக்ரோஷமாகப் புறக்கணித்தது. இந்தப் பாடல் கம்பர் பெயரில் இருப்பதால் அவர்மேலும் மதிப்புக் குறைந்துபோனது. யாரோ கொங்கு நாட்டைப் பிடிக்காத புலவர் ஒருவர் வலிந்து எழுதியது என்னும் கருத்துடையவர்கள் எழுத்தைப் படித்துச் சமாதானம் கொள்ள முனைந்தேன். சாதாரணப் பாடல் இது. பெரும் கவித்துவம் எல்லாம் இல்லை. ஆனால் ஏன் என்னை இவ்விதம் அலைக்கழிக்க வேண்டும்? என் பகுதியின் மீதான மிகுபிடிப்பு பொறுமையோடு பாடலைக் காணத் தடையாய் இருந்திருக்கிறது. தனிப்பாடல் திரட்டைப் புரட்டும் போதெல்லாம் எப்படியாவது கண்ணில் படும் அது. தவிர்க்க இயலாமல் படிப்பேன். மனம் பதற்றம் கொள்ளும். அதற்குமேல் எதுவும் ஓடாது. அந்தப் பாடலின் இனிய சந்தம், சொற்பொருத்தம், இயல்புத்தொனி என எதையுமே அப்போது என்னால் உணர்ந்தறியக் கூடவில்லை.

பின்னொரு முறை கம்பராமாயணப் பாடல் ஒன்றைப் படித்தேன். கோசல நாட்டினுடைய வளத்தை வருணிக்கும் பாடல். கம்பர் சோழ நாட்டை மனத்தில் வைத்துத்தான் கோசலை நாட்டை வருணித்தார் என்று கூறுவதுண்டு. ஆக அந்தப் பாடல் சோழ நாட்டு வளத்தைச் சொல்லும் அழகான பாடல்.

வரம்பெலாம் முத்தம் தத்தும் மடையெலாம் பணிலம் மாநீர்க்
குரம்பெலாம் செம்பொன் மேதிக் குழியெலாம் கழுநீர்க் கொள்ளை
பரம்பெலாம் பவளம் சாலிப் பரப்பெலாம் அன்னம் பாங்கர்க்
கரும்பெலாம் செந்தேன் சந்தக் காவெலாம் களிவண்டு ஈட்டம்.

நீர்வளம் நிறைந்த வயல் பரப்பை அழகோடு வருணிக்கும் இந்தப் பாடல் கொங்கு நாட்டைப் பற்றி கம்பரின் பாடலுக்கு ஒரு திறப்பையும் அதை உணரும் பொறுப்பையும் எனக்குத் தந்தது. இரண்டு பாடல்களும் அறுசீர் ஆசிரியவிருத்தம் என்னும் பா என வகையிலானவை. சந்தத்தில் சற்றே வேறுபாடு உண்டெனினும் ஒற்றுமை மிகுதியும் உடையவை. ஆனால் பொருளிலோ எதிர் எதிர். சோழநாடு நீர்வளம் நிறைந்தது. நீர் செல்லும் வழிகளைப் பற்றியது கம்பர் வருணனை. வரப்புகளில் முத்துக்கள்; மடைகளில் சங்குகள்; வாய்க்காலில் செம்பொன்; எருமைகள் புரளும் சிறுசிறு குட்டைகளில் கழுநீர்ப் பூக்கள்; நிலப்பரப்பில் பவளம்; வயல்களில் அன்னப் பறவைகள்; கரும்புகளில் செந்தேன்; பூங்காக்களில் வண்டுகளின் மொய்ப்பு. இந்த அற்புதத்தை என்னால் கற்பனையில் மட்டுமே காண முடிகிறது. அங்கு ஓடுவது 'மாநீர்' அதாவது வெள்ளப்பெருக்கு. நீரினால் உருவாகும் இயற்கையின் அற்புதத்தை நேரிலே கண்டு வாழ்ந்த கம்பருக்கு வறண்ட கொங்குநாடு எரிச்சலைக் கொடுத்திருக்கக்கூடும்.

சோழநாட்டிலோ காணும் இடமெல்லாம் நீர். கொங்கு நாட்டில் எங்கோ ஒன்றிரண்டு கிணறுகள்; அவற்றிலும் வெகு ஆழத்தில் துளி நீர். அள்ளிப் பருகினால் சேற்று நாற்றம் அடிக்காமல் என்ன செய்யும்? கம்பருக்கு எடுத்தவுடன் நீர்தான் பிரச்சினை ஆகியிருக்கிறது. நீரிலே புழங்கியவர்களுக்கு அதுவில்லாமல் ஓரிரு நாட்களைத் தள்ளுவதே கடினம். கம்பர் கொங்கு நாட்டில் நடையாய்ப் பல நாட்கள் சுற்றியிருக்க வேண்டும். அன்றைய போக்குவரத்து வசதி அப்படி. இந்த நூற்றாண்டிலேனும் சில நீர்ப்பாசனத் திட்டங்கள் கொங்கு நாட்டுக்குக் கிட்டியிருக்கின்றன. கம்பர் காலத்தில் ஒன்றுமில்லை. குறுகிய காவிரி இந்தப் பகுதியில் ஓடினாலும் இந்தப் பகுதிக்கு வளம் ஒன்றுமில்லை. கோவைக் கிழார் சி. இராமச்சந்திரன் செட்டியார் 'எங்கள் நாட்டுப்புறம்' என்னும் நூலில் இப்படிச் சொல்வார் – "அது (காவிரி) எங்கள் இடையில் ஓடுகிற காலம் எல்லாம் எங்களிடமிருந்து உதவிகள் பெற்றுக்கொண்டு அதனால் பெருத்துப் பிறகு எங்களை விட்டு நீங்கினவுடனே பிறருக்குத் தன் வளமை முழுவதும் கொடுத்து விடுகிறது. ஆகவே இதனை ஒரு பெரிய உலுத்தன் அல்லது கஞ்சன் என்று கூறுவோம்."

நீர் வளமற்ற ஆழக்கிணற்று நீரையே நம்பியிருக்கும் இப்பகுதி கம்பருக்கு எப்படிப் பிடிக்கும்? அதனால்தான் 'நீரெலாம் சேற்று

நாற்றம்' என்கிறார். நெல் வயல்கள் நிறைந்த பகுதி சோழநாடு. அது 'சாலிப் பரப்பு.' கொங்குப் பகுதியோ பெரும்பான்மையும் மேட்டுக் காடுகள். மானாவாரி நிலங்கள். அவை எப்படியிருக்கும்? கற்களும் முட்களும் பரவிய நிலங்கள். ஒவ்வோர் ஆண்டுக் கோடையிலும் கூட்டிக் கூட்டிக் கற்களை அரித்தெடுத்தாலும் கற்கள் பெருகிக் கொண்டேயிருக்கின்றன. இந்த நிலத்தில் கருவேல், கிழுவை, சங்கம் முதலிய முட்கள்தான் இயல்பாக வளரக் கூடியவை. நன்செய் நிலங்களோடு உறவாடும் கம்பர் மனம் கொங்கு நிலங்களை 'நிலமெலாம் கல்லும் முள்ளும்' என்று சொல்வதில் வியப்பில்லை.

குடியிருப்பு ஒரு பகுதியிலும் வயல்கள் ஒரு பகுதியிலும் எனப் பிரிந்திருக்கும் ஊர் அமைப்பு சோழ நாட்டினுடையது. கொங்கு நாட்டு மக்கள் வேளாண்மையை விட ஆடு மாடு மேய்த்தலையே முக்கியத் தொழிலாகக் கொண்டவர்கள். ஆகவே ஆட்டுப்பட்டிகள் இருக்கும் நிலத்திலேயே குடியிருப்பும் அமையும். நீரருந்த அமைக்கப்பட்ட தொட்டிகள். ஊர்ப்பெயர்கள் பலவும் ஆட்டையாம்பட்டி, காளிப்பட்டி, கீழேரிப்பட்டி எனப் பட்டியில் முடிவனவாகவும் தொட்டிபட்டி, தொட்டிப்பாளையம், தொட்டிக்காரப் பாளையம் எனத் தொட்டியில் தொடங்குவன வாகவும் வைக்கப்பட்டிருக்கும். அதுதான் கம்பர், 'ஊரெலாம் பட்டி தொட்டி' என்கிறார். சோழநாடு நெல்விளையும் பூமி. 'சாலி' எனப்படும் செந்நெல்லாகிய உயர் ரகம் விளைந்து செழிக்கும் நாடு. கல்லும் முள்ளும் நிறைந்த கொங்கு நிலத்தில் என்ன பயிர் வளரும்? புன்செய்யில் முக்கியப் பயிரான கம்பு. ஆகக் கொங்கு மக்களின் முக்கிய உணவு கம்மஞ்சோறு. நெல்லஞ்சோறு உண்டு ருசி கண்ட கம்பர் வாய் கொங்கு மக்களைப் பற்றி 'உண்பதோ கம்மஞ் சோறு' என்று பாடுகிறது.

ஒவ்வொரு பகுதிக்கும் என மக்கள் பெயர்களில் மிகுந்த வேறுபாடு உண்டு. தஞ்சைப் பகுதியின் பெயர்களில் இருந்து கொங்குப் பகுதிப் பெயர்கள் பெரிதும் வேறுபடுகின்றன. 'பேரெலாம் பொம்மன் திம்மன்' என்று கம்பர் சொல்கிறார். 'பொம்மன் திம்மன்' என்னும் பெயர்கள் நாயக்கர்கள் இந்தப் பகுதியில் குடியேறிய பின் வந்து சேர்ந்த பெயர்கள். இன்றும் இப்பெயர்களை நாயக்கர்களே சூட்டுகின்றனர். இதனைக் கொண்டு இப்பாடலைக் கம்பர் பாடவில்லை என்று சொல்லிவிடலாம். கம்பருக்குப் பின் சில நூற்றாண்டுகள் கழிந்துதான் நாயக்கர்கள் இங்கு வருகிறார்கள். சரி. அது இருக்கட்டும்.

அடுத்து கம்பர் சொல்வது எங்கள் பகுதிப் பெண்களைப் பற்றி. 'பெண்களோ நாயும் பேயும்' என்கிறார். கம்பராமாயணத்தில் சீதையின் அழகைப் பலபட வருணித்திருக்கும் கம்பருக்குக்

கொங்குப் பகுதிப் பெண்களின் தோற்றம் பிடித்திருக்காதுதான். 'வில்லொக்கும் புருவமும் வேலொக்கும் விழிகளும் முத்துப் பல்லும் பவள இதழ்களும்' கொண்ட பெண்கள் அல்ல இவர்கள். நாளெல்லாம் நிலத்தில் இடைவிடாது வேலை செய்பவர்கள். தங்களை அலங்கரித்துக்கொள்ளவோ சிங்காரிக்கவோ நேரமற்ற வர்கள். வற்றிக் காய்ந்த உடலினர். ஒடுக்கு விழுந்த கன்னங்கள். சிக்குப் பிடித்த மயிர். எப்போதோ 'ஆடிக்கொருமுறை அமாவாசைக் கொருமுறை' வெளியே செல்கையில் அழகுபடுத்த முனைவதோடு சரி. வளம் கொழிக்கும் சோழநாட்டுப் பெண்களோடு ஒப்பிட்டால் எங்கள் பெண்கள் 'நாயும் பேயும்' போலத்தான் இருப்பார்கள். அழகு என்பதை எதைக் கொண்டு வரையறுக்க முடியும்? உழைப்புக்கு மதிப்பிருக்கும் இடத்தில் உழைப்பாளிப் பெண்ணே அழகு.

கடைசியாகக் 'காருலாம் கொங்கு நாடு' என்று நல்ல வார்த்தை சொல்கிறார். அதில் கூட நுட்பம் உண்டு. கொங்குப் பகுதியில் மழை பொழியும்போது வான் நிறைந்த மேகத்தைக் காண முடியாது. ஒரு கும்பல் மேகம் வான்பரப்பின் ஒரு பகுதியில் குழுமி நிற்கும். அவ்வளவுதான். அதைத்தான் 'காருலாம் கொங்கு நாடு' என்று குறிப்பிடுகிறார் போலும். இப்படிப்பட்ட நாட்டைக் கனவிலும் நினைக்கக் கூடாது என்று அவர் சொல்வதில் தவறில்லை. கொங்கு நாட்டை இயல்பாக உணர்ந்து சித்திரித்த இப்பாடலைக் கண்டு ஏன் கோபம் வர வேண்டும்?

பாடல் இது:

நீரெலாம் சேற்று நாற்றம் நிலமெலாம் கல்லும் முள்ளும்
ஊரெலாம் பட்டி தொட்டி உண்பதோ கம்மஞ் சோறு
பேரெலாம் பொம்மன் திம்மன் பெண்களோ நாயும் பேயும்
காருலாம் கொங்கு நாட்டைக் கனவிலும் நினைக்கொ ணாதே.

நான் முதலிலே சொன்ன மதிப்பிடுதலில் செயல்படும் சார்பைக் கடக்க முயன்றிருக்கிறேனா? பலவீனங்களைப் பலங்க ளாக்கச் சமாதானங்கள் தேடியிருக்கிறேனா? சார்பை மறைக்கப் பார்த்திருக்கிறேனா? என்னவென்று முடிவு செய்யுங்கள். ஆனால் சார்பு இல்லை என்று மட்டும் சொல்லிவிடாதீர்கள்.

○○○

6

பழம்படு பனையின் கிழங்கு

எளிமையாய் எழுதுவதுதான் கடினமானது. எளிமை என்றால் ஆழமும் அடர்த்தியும் கொண்ட எளிமை. பழத்தைப் பறித்து உரித்து ஊட்டியும் விடும் செயல் எளிமை அல்ல. உள் நுழைவதற்கான திறப்பு எங்கே என்பதைப் பளிச்செனக் காட்டுதல் எளிமை. பாதைகளைக் கண்டுகொள்ளவும் உருவாக்கிச் செல்லவும் வாய்ப்பளித்தல் எளிமை. தொடரத் தூண்டும் மெல்லிய ஊடல் போன்றது எளிமை. எளிமை தன்னை உணரக் காட்டுவது. மறைத்துக் கொள்வதல்ல. இயல்பே எளிமை. படைப்பில் சற்றே பிகு பண்ணித் தன்னை வெளிப்படுத்தக்கூடும். பூடகங்களைப் பூடகங்கள் என்றே காட்டும்.

எளிமையை விளக்குதல் எளிதல்ல. எளிமைக்கு அலங்காரங்கள் இருக்கலாம், அளவாக. இடையில் சிறு கோவணமும் தலைத்துண்டும் அணிந்த கிராமத்து ஆளைப் போலத் தேவையானவற்றை மட்டுமே கொண்டிருக்கும் எளிமை. தேவையான வற்றை மட்டுமே கொண்டிருக்கும் எளிமை. அதிக ஆடைகள், பூச்சுக்கள், அணியத் திருத்தமெனக் கருதும் பல முறைகள் – என எப்போதும் அலங்காரக் குலைவைப் பற்றிக் கவனம்கொண்டிருக்க வேண்டிய அளவு அணிதல் எளிமையல்ல. எளிமையின் இருப்பு சட்டெனக் கவனத்திற்கு வருவதல்ல. ஆனால் தயக்கங்களற்றுக் கலக்க ஏதுவானது.

படைப்பில் எளிமையை நோக்கி விரைந்தவர்கள் அனைவரும் பெரும்படைப்பாளிகளாக உருவாகி யிருக்கிறார்கள். பாரதியாரை மகாகவி எனக்

கொண்டாடக் காரணம் படைப்பெளிமை. கம்பராமாயணம் தொய்வின்றிப் பயிலப்பட்டு வந்திருக்கக் காரணம் எளிமை. அழிந்துபோக எத்தனையோ காரணங்கள் இருந்தும் மீண்டும் மீண்டும் மேலெழுந்து நிற்கின்ற சங்க இலக்கியங்களின் இயல்பு எளிமை. சாதாரணமாக எழுத்தறிவு கொண்டவர்கள் தொடங்கி எப்பேர்ப்பட்டவர்களையும் கவரும் ஆற்றல் எளிமைக்கு உண்டு. எல்லாரையும் உள்ளிழுத்துக்கொள்ளல். அவரவர்களின் வாசிப்பனுபவம் வாழ்வனுபவம் ஆகியவற்றுக்கேற்ப ஏதோ ஒன்றைக் கொடுக்கும் திறனை எளிமை பெற்றிருக்கிறது.

தனிப்பாடல்கள் சொல் விளையாட்டுக்களைப் பரவலாகக் கொண்டிருந்தபோதும் வாசகனுக்கு எந்தச் சிரமத்தையும் கொடுப்பனவல்ல. ஆனந்தத்தோடு உள்ளே நுழைவதற்கான திறப்புகள் உண்டு. அவற்றிலிருந்து அதே ஆனந்தத்தோடு வெளி வரலாம். ஆனந்தச் சுழிப்புகள் நிறைந்த அந்நதியின் ஒரு சுழியில் எதேச்சையாக மாட்டிக்கொண்டேன். அதிலிருந்து தப்பிவர முடியவே இல்லை. என்னை உள்ளிழுக்கிறது. வெளித் தள்ளுகிறது. சுழற்றிப் பித்துப்பிடிக்க வைக்கிறது. வார்த்தைகளைச் சுழற்றிச் சொடுக்கிப் பிரமிக்கவைக்கும், ஆயாசத்தை உண்டாக்கும் சில நவீனச் சிறுகதைகளைப் படித்து முடித்தவுடன் அதன் கிறுகிறுப்பி லிருந்து விடுபட நான் தேடி ஓடுவது அந்தச் சுழியைத்தான்.

அந்தச் சுழி அழகிய ஒரு கவிதை. நாடி வருவோரை எந்த முகக் கோணலுமின்றி வாரி அணைத்து வரவேற்கும் ஒரு தனிப்பாடல். இயற்பெயரைக்கூட விட்டுச்செல்லாமல் தம் ஊராகிய 'சத்தி முற்றம்' என்னும் பெயரால் 'சத்திமுற்றப் புலவர்' என அறியப்படும் ஒருவரால் புனையப்பட்டது அப்பாடல். கும்பகோணத்திற்கு அருகில் உள்ள 'சத்திமுற்றம்' என்னும் அந்தச் சிற்றூர் புலவரின் பாடலால் தமிழ் உலகத்திற்கு நன்கு அறிமுகமான, புகழ்பெற்ற ஊராக இன்றும் இருக்கிறது.

அவர் பாடல், ஓரளவு இலக்கியப் பரிச்சயம் உடைய எவருக்கும் தெரிந்த பாடல். பாடநூல்களில் ஏதாவதொரு வகுப்பில் நிச்சயம் இடம்பெற்றிருக்கும் அந்தப் பாடலின் உத்தியும் புதுமை என்பதற்கில்லை. 'சிறு வெள்ளாங்குருகே, சிறு வெள்ளாங்குருகே' என்று அழைத்துச் சங்ககாலக் காதலி அனுப்பிய 'தூது'தான். பல நூற்றாண்டுகளாகத் தூது செல்வதில் சலிப்படையாத நாரைக்கு இலக்கிய அந்தஸ்தைக் கொடுத்தவர் சத்திமுற்றப் புலவர்.

பருவங்கள் மாறும்போது நீள்தொலைவு இடம்விட்டு இடம் பெயரும் இயல்புடைய பறவை நாரை. அது குறித்த இலக்கைச் சென்றடைவதில் தவறுவதில்லை. ஆகவே தூது செல்ல ரொம்பவும் பொருத்தமானது. 'நாராய் நாராய் செங்கால் நாராய்' என்னும்

விளியிலுள்ள ஓசை துயரம் தொனிக்கிறது. எப்போதும் தூது செல்லும் உயிரை, பொருளைச் சற்றே புகழ்ந்து வைத்தல் தூது மரபு. புகழ்ச்சிக்கு மயங்காதவர் இல்லை.

நாரையை அடையாளப்படுத்தச் ‘செங்கால் நாராய்’ என்றவர், அடுத்த அடியில் தமிழ் இலக்கியங்களிலேயே இத்தனை பொருத்தமாக அமைந்த உவமை வேறில்லை என்று வியக்குமளவு அரிய உவமை ஒன்றைக் கூறுகிறார். ஒவ்வோர் ஆண்டும் பனங் கிழங்குப் பருவத்தில் தவிர்க்க இயலாமல் இந்தப் பாடல் மனத்தில் வந்து நிற்கும். ‘பனங்கிழங்கைப் பிளந்தது போன்ற வாயையுடைய நாரையே என அழைக்கிறார். வேகவைத்த பனங்கிழங்கின் நுனியைப் பற்றிப் பிளந்து உண்ணுவோர்க்கு இவ்வுவமை கூடுதலாகப் புரியும். வெண்மையும் பழுப்பும் கலந்த அதன் உள்நிறம், பிளக்கும்போது தோன்றும் அதன் வடிவம் – இரண்டும் நாரையின் அலகுக்கு மிகவும் பொருந்தும். ‘உவமை என்பது ஒருபுடை ஒப்புமை’ என்பது இலக்கணம். நிறம், வடிவம் என இரண்டு வகையிலும் நிறைவாய் அமைந்த உவமை இது. பனையோடு நெருங்கிய பழக்கம் கொண்ட ஒருவரால்தான் இதை உவமையாக்கியிருக்க முடியும். அத்தனை இயல்பான உவமை. கால், வாய் ஆகிய இரு உறுப்புகளை மட்டுமே சொல்லி நாரையைக் காட்சிப்படுத்துகிறார் புலவர்.

பாடலின் இரண்டாம் பகுதி புலவர் தம்முடைய ஊர், வீடு, மனைவி எனச் சேய்மையிலிருந்து அண்மைக்கு நகரும் காட்சிப் படுத்துதல். தூதாகச் செல்வோருக்கு வசதி சரியாக அமைய வேண்டும். நாரை சத்திமுற்றத்திற்குச் சென்றால் தங்க வசதியாக நீர் நிறைந்த குளம் இருக்கிறது. அங்கே தங்கிக்கொள்ளலாம். புலவருடைய வீடு எது? எளிதாகக் கண்டுபிடிக்கக் கூடியதுதான். மழையினால் நனைந்த சுவரையும் கூரையையும் கொண்ட வீடு. சுவர் நனைகிறதென்றால் கூரை எப்படி அமைந்திருக்கும் என்று கற்பனை செய்துகொள்ளலாம். அந்த வீட்டில் ‘விட்டுப் பிரிந்துபோன கணவன் வீடு திரும்ப’ பல்லி நற்செய்தி ஏதாவது சொல்லுமா என முகட்டையே பார்த்தபடி காத்திருக்கிறாள் அவர் மனைவி.

மூன்றாம் பகுதிதான் நாரை சொல்ல வேண்டிய செய்தி வரும் பகுதி. அது மதுரையில் புலவர் இருக்கும் நிலை. அதுவும் காட்சிப்படுத்தல்தான். போதுமான ஆடையற்று வாடைக்காற்றால் மெலியும் மேனி. குளிர் வருத்தும்போது கைகளை நெஞ்சில் குறுக்காகக் கட்டியபடி கால்களை இடுக்கி உடலைப் போர்த்திக் கொண்டு தெருவோரங்களில் படுத்துக் கிடக்கும் ஏதேனும் உருவத்தைப் பார்த்திருப்பீர்களானால் அதுதான் புலவர். அந்த நிலைக்கும் ஒரு உவமை சொல்கிறார். கூடைக்குள் அடைக்கப்பட்ட

பாம்பு எவ்வாறு சுருண்டேதான் கிடக்க வேண்டுமோ அதுபோல். குளிரால் இவ்விதம் துன்புறும் உன் கணவனைக் கண்டோம் என்று என் மனைவியிடம் சொல்லிவிடு நாரையே என முடிக்கிறார். தம்மைக் குறித்துச் சொல்லும்போது 'ஏழையாளன்' என்கிறார். கணவன் நிறையச் சம்பாதித்துக்கொண்டு வருவான் என எதிர்பார்த்திருப்பவளுக்கு அவனுக்கு ஒன்றும் கிடைக்கவில்லை, வறுமையில் இருக்கிறான் என்பதையும் ஆனால் உயிரோடுதான் இருக்கிறான் என்பதையும் ஒருசேரத் தெரிவிக்கும்படி இப்பகுதி அமைந்திருக்கிறது. இப்பாடலில் வெளிப்படும் உணர்வொழுங்கு, நன்கு அறிந்த பொருளையே உவமையாக்க வேண்டும் என்பதற்குப் பொருத்தம், விளங்காத சொல்லின்மை என இப்பாடலின் சிறப்பைப் பலவாறு விளக்கலாம்.

இப்பாடலின் காட்சிகள் பல்வேறு உணர்வுகளைக் கிளர்த்தும் இயல்புடையவை. திரும்பப் படிக்கும் ஒவ்வொரு முறையும் ஏதாவதொரு புதுக்காட்சியை நம் நினைவுக்குக் கொண்டுவரும் திறன் இப்பாடலுக்குண்டு. துயரம் தோய்ந்த காட்சிப் படிமங்களை நம் நினைவடுக்கிலிருந்து கிளர்த்தும் இப்பாடல், எளிமையின் ஆழத்திற்கும் அடர்த்திக்கும் சரியான சான்று.

பாடல்:

நாராய் நாராய் செங்கால் நாராய்
பழம்படு பனையின் கிழங்கு பிளந்தன்ன
பவளக் கூர்வாய்ச் செங்கால் நாராய்
நீயும் நின்மனையும் தென்திசைக் குமரி
ஆடி வடதிசைக் கேகுவீர் ஆயின்
எம்மூர் சத்திமுற்ற வாவியுள் தங்கி
நனைசுவர்க் கூரைக் கனைகுரல் பல்லி
பாடுபார்த் திருக்கும்எம் மனையைக் கண்டே
எங்கோன் மாறன் வழுதி கூடலில்
ஆடை யின்றி வாடையின் மெலிந்து
கையது கொண்டு மெய்யது பொத்திக்
காலது கொண்டு மேலே தழீஇப்
பேழையுள் இருக்கும் பாம்பென உயிர்க்கும்
ஏழை யாளனைக் கண்டனம் எனுமே.

இப்பாடலின் பின்னணி குறித்து என் மாமனார் சொன்ன கதை:

பாண்டிய மன்னனின் அரசவையில் நாரையை வருணித்துப் புலவர்கள் பலரும் பாடல் பாடினர். நாரையின் அழகை, உறுப்பு நலத்தைப் பலரும் வருணிக்கின்றனர். ஆனால் அதன் அலகுக்குப் பொருத்தமான உவமையை எந்தப் புலவராலும் சொல்ல முடியவில்லை. எத்தனையோ பாடல்கள் கேட்டும் பாண்டியனுக்கு நிறைவு ஏற்படவில்லை. அந்நினைவுடனே அன்று

இரவு நகர்வலம் சென்றான். அவன் கவனம் காட்சிகளில் இல்லை. நாரையைப் பற்றியே இருந்தது. அப்போது சாலையோரத்தி லிருந்து ஒரு பாடல் கேட்டது. பாடியவர்: சத்திமுற்றப் புலவர். பாடல்: 'நாராய் நாராய்.' 'பழம்படு பனையின் கிழங்கு பிளந்தன்ன பவளக் கூர்வாய்ச் செங்கால் நாராய்' என்னும் அடிகளைக் கேட்டதும் பாண்டியனுக்கு மகிழ்ச்சி தாங்க முடியவில்லை.

தம் மனக்குறையைப் போக்கிய புலவரைப் பார்த்தான். அவரோ 'பேழைப் பாம்பென'த் தெருவோரத்தில் முடங்கிக் கிடந்தார். பாண்டியன் தன் போர்வையை எடுத்து அவருக்குப் போர்த்தினான். புலவர் கிறக்கத்தில் அப்படியே உறங்கிப் போனார். மறுநாள் அவர் தூங்கி எழும்போது சுற்றிலும் காவலர்கள் நிற்பதைக் கண்டார். தன்மேல் கிடந்த விலை உயர்ந்த போர்வையைப் பார்த்து, அதைத் திருடிவிட்டார் எனக் குற்றம் சுமத்திக் கைது செய்யத்தான் காவலர்கள் நிற்பதாக நினைத்துக்கொண்டார். 'இந்தப் போர்வை எப்படி வந்தது என்று எனக்குத் தெரியாது' என எவ்வளவோ சொல்லிப் பார்த்தும் அவர்கள் கேட்கவில்லை. கொண்டுபோய்ப் பாண்டியன் முன் நிறுத்தினார்கள். பாண்டியன் மகிழ்ச்சியோடு வரவேற்றான். அவருடைய பாடலைப் புகழ்ந்துரைத்தான். பின் அவர் விடைபெற்றுக்கொண்டார். வீடுவரை அழைத்துச் சென்றுவிட்டு வரச் சொல்லிப் பாண்டியன் ஆணையிட்டான். ஏதாவது பரிசில் கொடுப்பான் என எதிர்பார்த்த புலவருக்கு ஏமாற்றம். ஒன்றும் தரவில்லையே என்னும் வருத்தத்தோடு வீட்டுக்குச் சென்றார். பார்த்தால் அவர் வீடேயில்லை அது. செல்வச் செழிப்பாக மாறியிருந்தது. அவர் மனைவி ராணி மாதிரி அலங்காரங்களோடு வரவேற்றாள். புலவர் பாண்டியன் கொடையை எண்ணி வியந்துபோனார்.

குறிப்பு: தனிப்பாடல் திரட்டு குறிப்பிலிருக்கும் சம்பவத் திற்கும் இந்தக் கதைக்கும் நிறைய வேறுபாடு உண்டு. 'பனங்கிழங்கு' மக்களிடம் பெற்றிருந்த வரவேற்புக்கு இந்தக் கதை நல்ல உதாரணம்.

○○○

7

பிச்சையும் புறப்பாடும்

'நீ யாரைப் போல் வாழ விரும்புகிறாய்' என்று யாரேனும் என்னைக் கேட்டால் யோசனையோ தயக்கமோ இன்றி 'காளமேகப் புலவரைப் போல' என்று சொல்லிவிடுவேன். எனக்கு ரொம்பவும் ஆதர்சமான வாழ்க்கை காளமேகப் புலவருடையது. எந்தப் பற்றிலும் அகப்பட்டுக்கொள்ளாத நாடோடி வாழ்க்கை. பற்றுகள் இல்லாமையால் கட்டுகள் இல்லை. ஆகவே யாரையும் சார்ந்திருக்க வேண்டிய தேவையோ எதையாவது காப்பாற்றிக்கொள்ள வேண்டிய அச்சமோ கிடையாது. காளமேகத்தை ஏதாவது கட்டுப்படுத்தி இருக்கிறதா? எதனாலும் முடிய வில்லை. எல்லாக் காலத்தும் பெரிதாக முழங்கப்படும் ஒழுக்க நியதிகள் காளமேகத்தின் ஏளனச் சிரிப்பில் உதிர்த்துப்போகின்றன.

வரையறைகளை வைத்துக்கொண்டு காளமேகத்தை நெருங்கவே முடியாது. கொஞ்ச நஞ்சமல்ல, மிகப் பரந்த, வெகு சுதந்திரமான மனோநிலை சித்திக்கும்போதே காளமேகத்தை அணுக இயலும். காளமேகம் காற்றைப் போன்றவன். எதனுள்ளும் அடைபட மறுக்கும் விஸ்தார சிந்தை அவனுடையது. அதே சமயம் மிகுந்த திறமையும் புலமையும் உடையவன். கவியாற்றல் இயல்பாக வரப்பெற்றவன். காளமேகத்துடைய பாடல்களில் வாசிப்பிற்கு இடைஞ்சல் ஏற்படுத்தும், நெருடல் உண்டாக்கும் ஓசையோ சொல்லோ கிடையாது. இயல்பாக நழுவிச் செல்லும் ஓட்டம். அவன் ஒரு மகாகவியாகப் பரிணமித்திருக்க வேண்டியவன்.

அவனுடைய காலச்சூழல் அல்லது அவனுடைய அலட்சிய இயல்பு குறிப்பிட்ட எல்லையோடு நிறுத்திவிட்டது.

இப்போது கிடைக்கும் காளமேகத்தின் பாடல்களில் ஒரு மேதையின் விரல் சுண்டுதலுக்கான சான்றுகள் ஏராளமாய் உள்ளன. அற்புதமான சொற்சேர்க்கைகள், மயக்கும் தொடர்கள், சுவாரஸ்யம் ஊட்டும் தொனிகள் என விரவிக்கிடக்கும் பாங்குகள் அனேகம். போலியும் பாவனையும் அற்ற நேரடித் தாக்குதல் அவன் கவியுலகம். எப்பேர்ப்பட்டவர்களையும் தன்னுடைய வரம்புக்குள் கொண்டுவந்து நிறுத்திவிடும் சாகச குணமுடையது நம் சமூகம். அதுவும் குறிப்பாக மீறல்களைத் தன்வயப்படுத்திக்கொள்ளும் தந்திரத்தைத் திட்டமிட்டே கையாளக் கூடியது. அதுதான் காளமேகத்தைச் சுற்றிச் சில கதைகளைப் பின்னி அவனுக்கு வரம்பு கட்டியிருக்கிறது.

முதலாவது: காளமேகம் இயல்பான கவியாற்றல் கொண்டவன் அல்ல. காளமேகத்தின் வாயில் கலைமகள் துப்பிய வெற்றிலை எச்சில்தான் அவனைக் கவியாக்கியது என்ற கதை. இந்தக் கதை காளமேகத்தின் சுதந்திர இயல்புக்குக் காரணம் கற்பித்துவிடுகிறது. கலைமகள் வரம் பெற்றவனாதலால் கட்டுக்குள் நிறுத்த முடியாது என்று சொல்லி அவனுக்குப் பெரிய கட்டைப் போட்டுவிட்டது.

இரண்டாவது: காளமேகத்தின் ஏளனத்திற்கும் கேலிக்கும் அதிகம் ஆளானவர் மனிதர்கள் அல்லர்; கடவுள்கள்தான். மிகவும் நயமான கேலிகள். தர்க்கத்திற்குப் பொருந்தும் கேள்விகள். கடவுள் பற்றிய சிறு அச்சமும் அற்ற மனம்தான் இப்படி எல்லாம் பாட முடியும். அவனது அந்த இயல்பை 'நிந்தாஸ்துதி' என்றொரு கோட்பாட்டைக் கொண்டுவந்து நிறுத்தி உள்ளிழுத்துக் கொண்டிருக்கிறது நம் மரபு. 'நிந்தாஸ்துதி' என்பது கடவுளை இகழும் முறையில் வழிபாடு செய்வதாம். நிந்திப்பது எப்படித் துதியாகும்? ஆகும் என்கிறது கோட்பாடு. அன்பு மிகுதியில், அதிக உரிமையில் வெளியாகும் நிந்தனை - துதிதான் என்று வாதாடுகிறது. ஆனால் மேற்கண்ட உள்ளிழுப்பு முயற்சிகளை எல்லாம் தகர்த்துவிடுகின்றன அவனது பாடல்கள். அவனுடைய கவி உலகத்துள் நுழைந்து செல்லும்போது எல்லாக் கதவுகளும் படாரெனத் திறந்துகொள்கின்றன. 'ஆகா! இவன் வேறு' என்பதை உணர முடிகிறது.

என் இளம் பிராயத்தில் மிகுந்த பக்தி உடையவனாக இருந்தேன். அதைப் பற்றி இப்போது யோசிக்கையில் காம உணர்வை மறைத்துக்கொள்ளவும் கட்டுப்படுத்தவும் பக்திப் போர்வை பயன்பட்டிருக்கக் கூடும் என்று தோன்றுகிறது. அப்போதெல்லாம் கடவுள் என்னும் புனிதம் கேள்விக்கு

அப்பாற்பட்டது. கடவுளைப் பற்றிய எல்லாமும் அப்படித்தான் என்கிற கருத்து எனக்குள் நிறைந்திருந்தது. கடவுளை நோக்கி இறைஞ்சலாம்; கெஞ்சலாம்; வேண்டுகோள் விடுக்கலாம் - என்பதுதான் நான் நம்பியது. காளமேகம் என் நம்பிக்கையில் அதிர்ச்சியை உண்டாக்கினார். பரம்பொருளை ஏதோ எதிர்வீட்டுப் பெண்ணைப் பார்த்து வர்ணிப்பதுபோலக் 'கட்டிமணி சிற்றிடைச்சி' என்றார்.

கடவுள் உருவங்களை எவ்வளவு நேர்த்தியாக, உயர்வாகக் கவிஞர்கள் வருணித்துப் பாடியிருக்கிறார்கள்! குனித்த புருவம், கொவ்வைச் செவ்வாய், பனித்த சடை, பவள மேனி, பொற்பாதம். கேட்கக் குளிர்ச்சி ஊட்டும் வர்ணனைகள். ஆனால் சப்பைக்கால், பெருவயிறன் என்றெல்லாம் காளமேகம் வர்ணிப்பார். அது மட்டுமா, கடவுளின் செயல்களைக் கொண்டு அவர் இட்டு வழங்கும் பெயர்கள் சுவாரஸ்யம். சிவன் – இரந்துண்ணி. பார்வதி – மலைநீலி. திருமால் – உறிதிருடி. ஒரு பாடலில் மதுரையில் குதிரை விற்க வந்தவனைக் கூடிப் பார்வதி தேவி விநாயகரைப் பெற்றாள் என்றெழுதுவார். நம்பிக்கை ஊறிய மனங்கள் 'அபச்சாரம்' என்று காதடைத்துக் கொள்வதைத் தவிர பதில் என்ன சொல்ல முடியும்? சிவபெருமான் குதிரை விற்க மதுரைக்கு வந்த கதை இருக்கும்போது.

கடவுளிடம் கேள்வி கேட்பது, கடவுளைக் கேள்வி கேட்பது என்பதெல்லாம் காளமேகத்திடம் சகஜம். அதிர்ச்சி படிப்படியாகக் குறைந்து அவர் கேள்விகளில் இருக்கும் ரசனைக்குள் மெல்ல மெல்ல விழுந்து போனேன். கடவுளைப் பற்றிய மாயைகளைக் குறைத்து, கடவுள் பற்றிய பிம்பங்களை உடைத்து என்னை மீண்டெழச் செய்தன அவர் கேள்விகள். அவருடைய காலத்தில் பக்த சிரோன்மணிகளுக்கு அவர் எத்தகைய பதைபதைப்பை உண்டாக்கி இருப்பார் என்று கற்பனை செய்து பார்க்க முடிகிறது. ஒரு பாடலில் சிவபெருமானைப் பார்த்துக் கேட்கிறார் – கண்ணப்ப நாயனாரும் சிறுத்தொண்டரும் உனக்குக் கொடுத்த கறி (இறைச்சி) போதவில்லையா? பன்றிக் குட்டியை எதற்காகத் தீய்த்தாய்? சிவபெருமான் பன்றிக் கறிக்கு ஆசைப்பட்டுப் பன்றிக் குட்டியைக் கருக்கினாராம். இந்தச் செய்தி சைவக் காதுகளில் ஈயத்தை ஊற்றியது போலல்லவா இருக்கும்? ஆனால் என்ன? நீங்கள் புராணக் கதைகளை நம்பும் பக்தராயின் காளமேகத்தைக் குறை ஒன்றும் சொல்ல இயலாது. பன்றி அவதாரம் எடுத்தவர் திருமால். திருமாலின் பிள்ளை மன்மதன். ஆகப் பன்றிக்குட்டி – மன்மதன். சிவபெருமான் பன்றிக்குட்டியை – மன்மதனை எரித்தார்தானே. இந்தக் கேள்வியைத் தர்க்கத்திற்குப் பொருத்தமாக, எவ்வளவு நயமாகக் காளமேகம் கேட்கிறார் பாருங்கள். காளமேகம் போய்ச்

சேர்ந்த ஊர்களில் எல்லாம் கோயில் இருக்கிறது. அல்லது கோயில் இருக்கும் ஊருக்கே அவர் போயிருக்கிறார். கோயில் இருந்தால் திருவிழாவும் இருக்கக் குறைவில்லை. இறைவன் உற்சவராகத் தன் வாகனத்தில் ஏறி ஊர்வலம் வரும் காட்சிகளைக் காண்கிறார். ஒவ்வொரு வாகனக் காட்சியும் அவர் குறும்பை மிகுவிக்கிறது. 'பார்வதி தேவி அன்னம் இறங்காமல் அலைவாள்' என்கிறார் ஒரு பாடலில். அன்னம் இறங்கவில்லை என்னும் உலக வழக்கு 'சோறு செல்லவில்லை' என்னும் பொருள்படும். இங்கு பார்வதி தேவி அன்னம் இறங்காமல் அலைகிறாள். காரணம் தன் கணவராகிய மதுராபுரிச் சொக்கநாதனார்க்குப் பித்தேறி விட்டது என்பதாலாம். புராணக் கதைகள் அறிந்தவர்களுக்கு இந்தத் தருக்கமும் சொல் விளையாட்டும் கேலியும் எளிதில் புரியும்.

இன்னொரு பாடலில் பெருமாளைப் பருத்தெடுத்துப் போகிறதைப் பார்த்து 'ஐயோ' என்று அலறுகிறார். பெருமாள் என்ன கோழிக்குஞ்சா? கருட வாகனத்தில் ஊர்வலம் வந்த பெருமாள் காட்சியைத்தான் அலறிக் காட்டுகிறார். விநாயகரைக் 'குட்டி மறிக்கவொரு கோட்டானை' என்பார். கோட்டான் என்று திட்டுவதாகவும் கொள்ளலாம். 'கோட்டு யானை' – தந்தமுடைய யானை – அதாவது விநாயகர் என்றும் கொள்ளலாம். இது மாதிரியான குறும்புகள் அவருக்கு மிக சிவபெருமானைப் பற்றி ஓரிடத்தில் 'அக்காளை ஏறினாராம்' என்பார். ஏறுதல் என்னும் சொல் பேச்சு வழக்கில் புணர்ச்சியைக் குறிப்பது. இது என்ன வம்பு? இறைவனை இப்படியா நிந்திப்பது என்றால் 'அந்தக் காளை வாகனத்தின் மேல் ஏறினார்' என்று குறுஞ்சிரிப்புக் காட்டுவார். அந்தப் பாடல்கள் எல்லாம் ஒரே தரத்தவை. முகச் சுளிப்பையும் மனக் களிப்பையும் உண்டாக்க வல்லவை. மனோநிலையைப் பொறுத்தது.

சிவபெருமான் கோலத்தைக் கண்டு அவர் பாடிய ஒரு பாடலை முழுதாகத் தருகிறேன். இத்தன்மையான பாடல்களுள் இப்பாடல் எனக்குக் கூடுதல் விருப்பம் தருவது. தில்லை நடராஜர் ஊர்வல நிகழ்ச்சி. காளமேகம் கூட்டத்தில் ஒருவராக இருந்து பார்க்கிறார். சிவபெருமானுடைய கோலம் நகைப்புக்கு இடமாக இருக்கிறது. கழுத்திலே பாம்பை அணிந்துகொண்டிருக்கும் அவரைப் பார்க்கத் தெருவிலே வித்தை காட்டிப் பிச்சை எடுத்துண்ணும் ஆள் நினைவுக்கு வருகிறார். சிவபெருமானுக்கு எதற்காக இந்தப் புறப்பாடு? கையிலே கபாலம் ஏந்திப் பிச்சை எடுத்து உண்ணும் வாழ்க்கைதானே அவருக்கு? ஆகப் பிச்சைக்காகத்தான் சிவபெருமான் புறப்பட்டிருக்கிறார். ஆனால் சுற்றிலும் இதென்ன? ஒரு பிச்சைக்காரரைச் சூழ்ந்து இத்தனை ஆர்ப்பாட்டங்களா? காளமேகத்திற்குத் தயக்கம் ஒன்றுமில்லை.

தன்னுடைய சந்தேகத்தைச் சுற்றி வளைத்துக் கேட்பவரும் அல்லர் அவர். சிவபெருமானைப் பார்த்து நேரடியாகக் கேட்கத் தொடங்குகிறார்.

'நச்சரவம் பூண்டதில்லை நாதரே தேவரீர்'

ரொம்பவும் பவ்வியமாக நாதரே, தேவரீர் என விளிக்கிறார். சிவபெருமானின் அடையாளம், தன் சந்தேகத்திற்கான காரணம் – நச்சரவம். ஆகவே நச்சரவத்தை அணிந்திருக்கிறதில்லை நாதரே, தேவரீர் என்று அழைக்கிறார். வித்தைக்காரனுக்கும் சிவபெருமானுக்கும் உள்ள வித்தியாசம், வித்தைக்காரன் நச்சற்ற, பல் பிடுங்கப்பட்ட பாம்பைக் கொண்டிருப்பான். சிவபெருமான் அணிந்திருப்பது உண்மையிலேயே 'நச்சரவம்.'

'பிச்சை எடுத்துண்ணப் புறப்பட்டும்'

சிவனின் புறப்பாடு பிச்சை எடுத்துண்பதற்காக. அதுவே ஒரு முரண். 'புறப்பாடு' என்னும் சொல் பெரும் நோக்கம் ஒன்றிற்காக முன் தயாரிப்புகளோடு புடைசூழக் கிளம்புவதைக் குறிக்கக் கூடியது. பிச்சைக்காகப் புறப்பாடு என்றால் நகைப்புக்குரிய விஷயம்தான். சிவனைச் சூழ்ந்திருக்கும் ஆட்கள் இசைக்கருவி வாசிப்போர். ஒருபுறம் எக்காளம் முழங்குகிறது. கடல்போல இடைவிடாமல் மேளச்சத்தம். குடையும் கொடியும் அழகு செய்கின்றன. யானையும் ஊர்வலத்தில் வருகின்றது. பிச்சைக்குப் போக இத்தனை படாடோபமா? காளமேகத்திற்குச் சிரிப்பை அடக்க முடியவில்லை. பாட்டுக்கு வெளியே அவர் சிரிப்பொலி இன்னமும் கேட்டுக்கொண்டிருக்கிறது. அதுதான் பாட்டின் மகிமை.

முழுப்பாடல்:

நச்சரவம் பூண்டதில்லை நாதரே தேவரீர்
பிச்சையெடுத் துண்ணப் புறப்பட்டும் - உச்சிதமாம்
காளமேன் குஞ்சரமேன் கார்க்கடல்போ லேமுழங்கும்
மேளமேன் ராசாங்க மேன்.

ஏன், ஏன் என்று சிவனை நோக்கி எத்தனை 'ஏன்' கள். 'என்னய்யா இது மடத்தனம்' என்னும் குரல் ஒலிக்காமல் ஒலிக்கிறது. 'புறப்பட்டும்' என்பதில் உள்ள 'உம்' பாடல் பொருளின் முரணை மிகுவிக்கிறது. கடவுளாக இருப்பினும் காளமேகத்திற்குக் கவலையில்லை. உலக நியதிக்கு உட்படாத காட்சி கேலிக்குரியது தானே. சிவன் காளமேகத்தின் பாட்டில் படும்பாடு எமன் கையில் படும்பாடுதான்.

ooo

4

காத்தான் சத்திரம்

கவிதை என்பது ஒருவகையான மொழி விளையாட்டு. முழுவதும் விளக்கிவிட இயலாத அளவு மொழிக்குள் ஏராளமான வளங்கள் உள்ளன. கருத்துப் பரிமாற்றக் கருவிதான் மொழி என்ற வறட்டுத்தனமான வரையறையைக் கவனத்தில் கொண்டாலும்கூட, நேரடித்தன்மை ஒன்றை மட்டுமே கொண்டது மொழி எனச் சுருக்கிவிட முடியாது. கருத்தைப் புலப்படுத்த மொழிக்குள் எத்தனையோ விதமான வாய்ப்புகள் உள்ளன. குழூஉக்குறி, மரபுத்தொடர் எனப் பொருள் உணர்த்தும் அனேக முறைகளைக் காணும்போது குறியீட்டுத்தன்மை மிக்கது மொழி என்பதை உணரலாம். மொழியினுள் புதைந்து கிடக்கும் படிமங் களும் பல. நேரடிப் பொருளைவிட மறைமுகப் பொருளையே மனம் சீக்கிரம் உணர்ந்துகொள்கிறது. அதில்தான் விருப்பமும் ஆவலும் கூடுகின்றன.

சொற்களின் நேரடிப்பொருள் வெள்ளையாகவும் மறைமுகப் பொருள் ஆழமானதாகவும் தோன்று கின்றன. மொழிக்கு இலக்கணம் இருக்கிறது. ஆனால் கவிதைக்கு இலக்கணம் இல்லை. வேண்டுமானால் இப்படிச் சொல்லலாம் – மொழியின் இலக்கணத்தை மீறுவது, சிதைப்பதுதான் கவிதை. சொற்களின் இடத்தைத் தீர்மானித்து நிலைப்படுத்துகிறது இலக்கணம். கவிதை, இடத்தை விட்டுச் சொற்களை விரட்டுகிறது. கவிதை மொழியின் இலக்கணமே வேறு. 'சீதையைக் கண்டேன்' என்பது இலக்கண மொழி. 'கண்டேன் சீதையை' என்பது கவிதை மொழி.

இலக்கண மொழியைச் சற்றும் பொருட்படுத்தாமல் தனக்கேற்ப அதனை வளைத்துக்கொள்கிறது கவிதை. மேலும் புழக்கத்தில் இருக்கும் உயிர்ப்பான மொழியே கவிதைக்கு நெருக்கமானது. புழக்கம்தான் சொற்களை அர்த்தப்படுகிறது. புழக்கத்தில் சொற்கள் பந்துகளாய் மாறுகின்றன. சொற்களைக் கொண்டு விளையாடும் விதிமுறைகளற்ற விளையாட்டே கவிதை. இந்த விளையாட்டு நுட்பமானது. நுட்பம் கூடக்கூட விளையாட்டு உச்சமடைகிறது.

இருபொருள்படப் பேசுவது இயல்பாக வழக்கில் உள்ளது தான். எந்தப் பிரிவினராக இருப்பினும் இருபொருள் பேச்சில் சுவை காண்கின்றனர். அதுவும் ஒருபொருள் பாலுறவு தொடர்பாக இருக்கையில் அப்பேச்சு சுகமானதாகவும் மாறி விடுகின்றது. தமிழ்த் திரைப்படங்களில் இரட்டை அர்த்த வசனங் களுக்கு உள்ள மவுசு நமக்குத் தெரியும். அதை வைத்தே சில நடிகர்களின் பிழைப்பு நடக்கிறது. இந்த இருபொருள் தன்மை நம்முடைய இலக்கிய மரபில் தொடர்ந்து வந்திருக்கிறது. சில காலகட்டங்களில் எங்கோ ஒன்றிரண்டாகக் காணக் கிடைக்கும் அத்தன்மை தனிப்பாடல்களில் முக்கியமான இடம்பெறுகிறது. தனிப்பாடல்களில் கணிசமான பகுதி இவ்வகைப் பாடல்களால் நிறைந்திருக்கிறது. 'சிலேடை' என்றும் 'இரட்டுற மொழிதல்' என்றும் பெயர் கொடுத்து இருபொருள் தன்மையை இலக்கிய மரபு குறிப்பிடும்.

சிலேடை என்பது இலக்கிய வகையாகவே மாறிய காரணத்தால் வலிந்தும் அதீதமாகவும் இருபொருளை உண்டாக்கப் புலவர்கள் முனைந்திருக்கின்றனர். ஒன்றுக்கு ஒன்று தொடர்பே இல்லாத இரண்டு விஷயங்களைத் தொடர்பு படுத்திச் சிலேடை அமைப்பது மாபெரும் புலமையாகக் கருதப்பட்டிருக்கிறது. பனைமரத்திற்கும் வேசிக்கும் ஏதாவது சம்பந்தம் இருக்கிறதா? இல்லைதான். ஆனால் காளமேகம் இரண்டும் ஒன்றுதான் என்பார். பனைமரத்தையும் கட்டித் தழுவுகின்றனர்; வேசியையும் கட்டித் தழுவுகின்றனர். கால்கள் சேர பனைமரத்தில் ஏறுகின்றனர். அதுபோலவே வேசியிடத்தும். இந்த 'ஏறுதல்' என்னும் சொல்லாட்சியைக் காளமேகம் புழக்கத்தில் இருந்து எடுத்துப் பயன்படுத்துகின்றார். இன்றைக்கும் 'ஏறுதல்' புணர்ச்சியில் ஆணின் செயல்பாட்டைக் குறிக்கும் விதமாகப் பேச்சில் கையாளப்படுகிறது. இப்படி எல்லாம் சொல்லிப் பனை மரமும் வேசியும் ஒன்றுதான் எனச் சாதிக்கும் அவர் பாடல். எள்ளுக்கும் பாம்புக்கும், பாம்புக்கும் வாழைப்பழத்துக்கும், யானைக்கும் வைக்கோலுக்கும், மலைக்கும் மதிக்கும், நாய்க்கும் தேங்காய்க்கும் - என எவ்வெவற்றிற்கோ இயைபு கண்டு சிலேடை பாடியுள்ளார் காளமேகம். அவர் காலப் புலமைப் போட்டியில்

வெற்றி கண்ட 'பெருங்காளமேகமாக' அவர் விளங்கியதற்கு இந்தச் சிலேடைத்திறம் ஒரு முக்கியக் காரணம்.

காளமேகத்தின் சிலேடைப் பாடல்களைப் படித்த காலத்தில் அவற்றின் மீது மிகுந்த ஈர்ப்பு எனக்கு ஏற்பட்டது. அதுபோல் பாடல்களை அமைக்க முயன்றதுண்டு. சிலேடைப் பேச்சுக்களை விரும்பிக் கேட்கவும் அது தொடர்பான செய்திகளை ஆவலோடு படிக்கவும் தொடங்கினேன். உ.வே. சாமிநாதையர் 'சமஸ்தானம்' என்னும் சொல்லை இருபொருளில் பயன்படுத்திக் காரியம் சாதித்துக்கொண்ட நிகழ்ச்சி, கி.வா. ஜகந்நாதனின் சிலேடைத் தொகுப்பு எனப் பல விஷயங்களை ஈர்ப்புடன் வாசித்தேன். 'வாடகைக்கு - வாட கைக்கு' என்பதுபோல என் கவிதைகளில் சொற்களைப் பயன்படுத்தும் பித்து கொஞ்சநாள் பிடித்திருந்தது. பெண்குறிக்கும் ஓடத்துக்கும், பெண்குறிக்கும் சுண்ணாம்புச் சிமிழுக்கும் காளமேகம் சிலேடை பாடிய பாடல்களை மனப்பாடம் செய்துவைத்திருந்தேன். சில சூழல்களில் அந்தப் பாடல்களை அந்தரங்கத் தொனியில் சொல்லி நண்பர்களிடம் பாராட்டுப் பெறுவதுண்டு.

ஆனால் பின்னாளில் காளமேகத்தின் சிலேடைப் பாடல்கள் மீதான விருப்பம் குறைந்துபோய் அவற்றின் இலக்கியத்தன்மை குறித்த கேள்விகள் எழ ஆரம்பித்துவிட்டன. என்ன இது வெட்டிவேலை, சம்பந்தா சம்பந்தமில்லாமல் ஒன்றையும் இன்னொன்றையும் இணைப்பதில் என்ன நயம் இருக்கிறது. இது வெறும் சமத்காரம்தான்; கவிதையல்ல – என்றெல்லாம் தோன்றியது. மொழியில் இயல்பாக இருக்கும் இருபொருள் தன்மையைக் கவிஞன் பயன்படுத்திக்கொள்வது வேறு; வலிந்து இட்டுக்கட்டுவது வேறு. காளமேகத்தின் சிலேடையில் ஏற்படும் கவர்ச்சிக்குக் காரணம் வேசை, பெண் குறி போன்ற பாலியல் விஷயங்கள்தாம். இந்தத் திறன் காளமேகத்திற்கு அவர் காலத்தில் புகழைத் தந்திருக்கலாம். இப்போது அவை வெறும் சமத்காரப் பாடல்களாக எஞ்சி நிற்கின்றன.

இவ்வாறு பலவிதமான எண்ணங்கள் என்னுள் ஏற்பட்ட போதும் காளமேகத்தின் பாடல்களை எடுத்துப் படித்தால் இப்போதும் சிலேடைப் பாடல்களில்தான் முதலில் கவனம் போய் நிற்கிறது. அதற்கு மொழி, சமத்காரம், பாலியல் என எத்தனையோ காரணங்கள் இருக்கலாம். அவற்றை எல்லாம் மீறி அவருடைய பாடல்களில் ஒன்றே ஒன்று மட்டும் என்னை அசத்துவதாகத் தொடர்கிறது. அப்பாடல் இரண்டு விஷயங்களுக்கான சிலேடை அல்ல. ஒன்றுக்கொன்று முரணான பொருளை இயல்பாகத் தரும் மொழி விளையாட்டு. முதற்பொருள் வெகு இயல்பானது; இரண்டாவது பொருள் லேசாக வலிந்து சொல்வது போலிருக்கும்.

இலக்கிய மரபையும் செய்யுள்களுக்குப் பொருள் சொல்லும் முறையையும் ஓரளவு அறிந்தவர்களுக்கு இரண்டாம் பொருளும் இயல்பாகவே தோன்றும். சிலேடை பாடிப்பாடிப் பழகிய மனத்திலிருந்து வெளிப்பட்ட இருபொருளின் உச்சம் இப்பாடல். இதனைச் சிறந்த கவிதை என்று சொல்ல முடியவில்லை. இருக்கட்டும். ஆனால் ஆர்வமூட்டும் அழகிய மொழி விளையாட்டு. சற்றே நுட்பமும் கூடிய விளையாட்டு. பாடலுக்குப் போகும் முன் அதன் பின்னணி நிகழ்ச்சியை அறிவது அவசியம்.

காளமேகப் புலவர், காலில் சக்கரம் தரித்த ஊர்சுற்றி என்பது பிரபலம். அத்தகைய ஊர்சுற்றிகளுக்கு அங்கங்கே அடைக்கலம் தந்தவை சத்திரங்கள். இலவச உணவுக்கும் தங்கலுக்கும் அவை இடமளித்தன. புண்ணியம் தேடச் சத்திரங்களை உருவாக்கி வைத்திருந்தனர். தமிழகச் சத்திரங்கள் தொடர்பான ஆய்வுகள் சுவாரஸ்யம் தருபவை. காளமேகம் ஒருமுறை நாகப்பட்டினத் திற்குச் சென்றார். அங்கே காத்தான் என்னும் ஒருவன் கட்டியிருந்த சத்திரத்தில் தங்கினார். சத்திரத்தில் வந்து தங்குபவர்களை நன்கு கவனித்துக்கொள்ள ஆட்களை நியமித்திருந்தான். எனினும் எப்போதும் ஒரே மாதிரியாகவா மனித மனநிலை அமைகிறது? தொடர்ந்து ஒரே செயலில் ஈடுபடும்போது சலிப்பு தானாக வந்து சேர்ந்துவிடுகிறது.

காத்தானுடைய சத்திரம் எத்தனை ஆண்டுகளாக இயங்கி யதோ. காளமேகம் போனபோது சரியான பராமரிப்போ கவனிப்போ இல்லை. காளமேகம் சோற்றுக்கு வழியில்லாதவராக இருந்தாலும் புலவரல்லவா? எப்போதும் மூக்கு நுனியில் கோபம் முட்டிக்கொண்டு நிற்கும். காத்தானுடைய சத்திரத்தைக் குறித்துச் சத்தமாகப் பாடல் ஒன்றைப் பாடினார். அந்தக் காலத்தில் புலவர்கள் வாக்குப் பலிக்கும் என்னும் நம்பிக்கை மிகுந்திருந்தது. அந்த நம்பிக்கை ஒருவகையில் புலவர்களின் பிழைப்புக்கும் வழி செய்தது. காளமேகத்தின் பாடலைக் கேட்டதும் சத்திர உரிமையாளனாகிய காத்தான் அஞ்சி நடுங்கினான். ஆகா, வந்திருப்பவர் புலவர், அதுவும் காளமேகம். அவருடைய வாயால் பழிக்கப்படும்படி ஆயிற்றே என வருந்தினான். அவன் வருந்தும்படி, அஞ்சும்படி காளமேகம் பாடியதென்ன?

பொழுது அஸ்தமனம் ஆன பிறகுதான் காத்தானுடைய சத்திரத்திற்கு அரிசியே வந்துசேரும் என்று தொடங்குகிறார் காளமேகம். அஸ்தமனத்திற்கு முன்பே உணவு உண்டுவிடும் வழக்கம் இருந்த காலம். மின்சாரம் பரவலாக அறிமுகம் இல்லாத பத்திருபது ஆண்டுகளுக்கு முன்புகூட வெளிச்சத்திலேயே சாப்பிட்டுவிடும் வழக்கம் இருந்தது. அப்படியான நிலையில், காத்தானுடைய சத்திரத்திற்கு அஸ்தமனம் ஆனபிறகே அரிசி

வந்து சேருமென்றால், உணவு எப்போது தயாராகும்? இந்தக் காலம் போல மிஷினில் 'பாலிஷ்' போடப்பட்ட அரிசியல்ல. குத்திப் புடைத்துச் சுத்தமாக்க வேண்டும். அதற்குப் பின் உலையில் போட வேண்டும். இந்த வேலைகள் எல்லாம் முடிவதற்கு ஊரடங்கும் நேரமாகிவிடும். ஊரடங்கும் நேரம் என்பது முன்னிரவின் இறுதிப்பகுதி என்று கொள்ளலாம். சிறுசிறு சந்தடிகளும் அடங்கிவிடும் அந்நேரத்தில் அரிசியை உலையில் இட்டுச் சோறாக்கி, அதிதிகளுக்கு இலைபோட்டுப் பரிமாற வேண்டுமானால் நிச்சயமாக வெள்ளி முளைக்கும் பின்னிரவுப் பொழுதாகிவிடும். இந்தச் செய்திகளைத்தான் காளமேகம் பாட்டாகப் பாடுகிறார். பாடல்:

கத்துகடல் சூழ்நாகை காத்தான்தன் சத்திரத்தில்
அத்தமிக்கும் போதில் அரிசிவரும் - குத்தி
உலையிலிட ஊரடங்கும் ஓரகப்பை அன்னம்
இலையிலிட வெள்ளி எழும்.

நாகப்பட்டினத்தைக் 'கத்துகடல் சூழ்நாகை' எனக் காட்சிப் படுத்துகிறார். காத்தானுடைய சத்திரத்திற்குத் தன் பாடல் மூலமாக அழியாப் பேற்றைத் தந்து, கோபத்தை நகையாக்கி மேற்கண்ட பாடலைப் பாடிவிட்டார். உடனே காத்தான் ஓடிவந்து 'தவறு நடந்துவிட்டது. இனி இப்படியாகாது. பாட்டை மாற்றிப் பாட வேண்டும்' எனக் காலில் விழுந்து கேட்டுக்கொண்டான். யாப்பிலக்கணம், சொல்லாட்சி, சந்தம் எல்லாம் கூடிவந்து இயல்பாக அமைந்த அழகான பாடல். இதனைப் போய் மாற்ற வேண்டுமா? ஆனால் சாத்தானைப் பார்த்தால் பாவமாக இருக்கிறது. வழிப்போக்கர்களுக்கு உண்டியும் உறைவிடமும் தரச் சத்திரம் கட்டியிருக்கும் மனம் கொண்டவன். பரோபகாரி. அவன் மனத்தை நோகச் செய்யக் கூடாது. தவறை உணர்கிறான். மாற்றிக்கொள்கிறேன் என்கிறான். பாட்டையும் மாற்றக் கூடாது; காத்தானின் வருத்தத்தையும் போக்க வேண்டும். 'உன் சத்திரத்தைப் பற்றி உயர்வாகத்தானே பாடியிருக்கிறேன்' எனக் காளமேகம் ஒரே போடாகப் போட்டுவிடுகிறார். காத்தானுக்குப் புரியவில்லை. இந்தப் பாடலைப் பாராட்டாக மாற்றிப் பொருள் சொல்கிறார் காளமேகம். பாருங்களேன்.

'கத்துகடல் சூழ்நாகை காத்தான்தன் சத்திரத்தில்'
'அத்தமிக்கும் போதில் அரிசிவரும்'

அஸ்தமனம் என்பது (அத்தமிக்கும் – அஸ்தமிக்கும்) பொழுது மறைவதை மட்டுமா குறிக்கும்? 'அவன் வாழ்வு அஸ்தமித்துவிட்டது' என்னும் தொடரில் அஸ்தமனம் வேறொரு பொருளைக் குறிக்கிறது. 'எல்லாம் அஸ்தமித்துவிட்ட சமயத்தில் இந்த உதவி கிடைத்திருக்கிறது' என்றால் 'அஸ்தமனம்' அடையும் பொருட்பேறு

பெருமாள்முருகன்

குறியீட்டுத்தன்மை கொண்டுவிடுகிறது. காளமேகத்தின் பாடலிலும் அஸ்தமனம் இப்படிப்பட்ட பொருளைத் தருகிறது. எங்கும் பஞ்சம். அரிசியே கிடைக்கவில்லை. அதுதான் 'அஸ்தமிக்கும் போது.' அந்தப் பஞ்சகாலத்திலும் காத்தானுடைய சத்திரத்திற்கு அரிசி வந்து சேரும். 'அரிசி வரும்' என்பதில் உறுதி தொனிக்கிறது பாருங்கள். அந்த அரிசியின் அளவு எவ்வளவாக இருக்கும்? ஓரிருவர் சாப்பிடும் அளவுக்கல்ல. அதனைக் குத்தி உலையில் இட்டால் ஊரே சாப்பிடலாம். பஞ்ச காலத்திலும் ஊருக்கே உணவிடும் பெருமை வாய்ந்தது காத்தான் சத்திரம். அதுதான் மூன்றாமடி.

'குத்தி உலையிலிட ஊரடங்கும்'

பஞ்ச காலத்தில் வரும் அரிசியின் தரம் நன்றாக இருக்குமா? அழுக்கடைந்த, புழுப்பிடித்த இக்கால ரேசன் அரிசியல்ல. சோற்றில் ஓரகப்பை எடுத்து இலையில் போட்டால் வெள்ளி மீன் போலத் தகதகக்கும் என்றால் அரியின் தரம் எப்படிப்பட்டதாக இருக்கும்! கற்பனை செய்துகொள்ளலாம். அந்தச் சிறப்பைச் சொல்கிறது கடைசி அடி –

'ஓரகப்பை அன்னம் இலையிலிட வெள்ளி எழும்'

ஒவ்வொரு தொடரின் இறுதியிலும் முடியும் 'உம்' காளமேகத்தின் பாராட்டை உறுதிபடத் தெரிவிக்கிறது. இகழ்ச்சியைவிடப் புகழ்ச்சிக்கே மிகவும் பொருந்துவதாகத் தோன்றுகிறது. காளமேகத்தின் விளக்கம் அப்படி. இதுவும் இருபொருள் சிலேடைதான். ஆனால் நுட்பம் கூடிய, வாசிப்போரையும் விளையாட அழைக்கும் மொழி விளையாட்டு.

○○○

9

குட்டிச் சுவரே வருக

இலக்கிய வகைகள் தோன்றுவதும் மறைவதும் காலத்தின் இயல்பு. ஒருவகை மறைந்துவிட்டது எனக் கருதிக்கொண்டிருப்போம். ஆனால் ஏதோ ஒரு மூலையில் அது குற்றுயிரும் குலையுயிருமாகக் கிடந்துகொண்டிருக்கும். அதைக் கையிலெடுத்துத் தாங்கிக் கொள்ளவும் ஆட்கள் இருப்பார்கள். மைய நீரோட்டத்தில் அதன் இருப்பு அலையெழும்பி மேல் வராது. ஏதோ ஒரு அழுக்கு நுரைக்குமிழிக்குள் தன் நிறங்களைக் காட்டிக்கொண்டு நிற்கும். புதுக் கவிதையின் காலம் இது என்றாலும் மரபுக்கவிதை இல்லாமல் போய்விட்டதா? மரபுக் கவிதைதான் கவிதை என்று இன்னும் சாதிப்பவர்கள் நிறையப்பேர் இருக்கிறார்கள். அரசுப் பொதுநூலகங்களுக்குப் போனால் மரபுக்கவிதைகளை மட்டும் வெளியிடும் இதழ்கள் நான்கைந்தாவது கண்களில் படும். மரபுக் கவிதை எழுதுவதற்கும் ஏகப்பட்ட பேர் இருக்கிறார்கள். யாப்பு வகுப்புகள் பல இடங்களில் நடக்கின்றன.

சமீபத்தில் எனக்கு அறிமுகமாகிய மாணவர் ஒருவர் அழகாகச் "சிந்து" கட்டும் திறனுடையவராக இருந்தார். ரஜினி ரசிகர் மன்றத்தின் வேண்டுகோளின் படி ரஜினியைப் பற்றி ஒரு சிந்து பாடியிருந்தார்.

அதில் ஒன்று:

காவிரித்தாய் எழில்கொண்டு ஆடும் – அந்தக்
கர்நாடகம் அவன்பிறப்பைப் பாடும் – அவன்
வேகமாகப் பேசுகின்ற வார்த்தைக்கே
நூறுபடம் ஓடும் – புகழ் நாடும்

இப்போதும் மெரினா கடற்கரையில் மரபுக் கவிதை வாசிப்புகள் நடைபெறுகின்றன. வைரமுத்து, மு. மேத்தா போன்ற திரைப்பாடலாசிரியர்கள் அவ்வப்போது வெண்பாவைக் கையிலெடுக்கிறார்கள். மெட்டுக்குப் பாட்டெழுதுவோர்க்கு யாப்புப் பயிற்சிகைகொடுக்கும் போலிருக்கிறது. செய்தித்தாள்களில் 'பொங்கல் வாழ்த்து'க் கவிதைகள் அச்சாகின்றன. கல்விக் கூடங்களில் 'செய்யுள் நாடகம்' என்னும் ஒருவகை பாடநூலாகத் தொடர்ந்து வருகிறது. நவீனத்துவம், பின்நவீனத்துவம் என்னும் வார்த்தைகளை அறியாதவர்கள் அவர்கள் பாட்டுக்கு என்னவோ செய்துகொண்டிருக்கிறார்கள். சிறுபத்திரிகைகள், தீவிர இலக்கியக் காரர்கள் பொருட்படுத்தாத ஓர் உலகம் அதன்பாட்டுக்கு இயங்குவதோடு அல்லாமல் காரிய சாத்தியமும் நிகழ்த்தி வருகிறது.

உலா, பிள்ளைத்தமிழ், பள்ளு, தூது, குறவஞ்சி போன்ற பெயர்களை உயர்நிலைக் கல்வி பெற்ற மாணவனும் அறிந்திருப் பான். இவையெல்லாம் கிட்டத்தட்ட நான்கைந்து நூற்றாண்டுகள் தமிழகத்தில் கோலோச்சி வந்த இலக்கிய வகைகள். இவற்றைச் 'சிற்றிலக்கியம்' என்றோ 'பிரபந்தம்' என்றோ அழைப்பார்கள். இந்த வகைகளில் சில இன்றும் இயற்றப்படுகின்றன என்பது ஆச்சரியமான செய்திதான். சமீபத்தில் 'சிலம்பொலியார் பிள்ளைத்தமிழ்' என்னும் நூலைப் பார்த்தேன். தமிழ்நாடறிந்த தமிழ் அறிஞரான சிலம்பொலி சு. செல்லப்பன் என்பாரைப் பற்றி 'எழுச்சிக் கவிஞர் தமிழன்பன் ப. முத்துச்சாமி' என்பவர் எழுதிய நூல் அது. பள்ளு, குறவஞ்சி, தூது போன்ற பல வகைகளை இன்று பாடுவார் இல்லை. நூற்றுக்கும் மேற்பட்ட சிற்றிலக்கிய வகைகளில் உலா, பிள்ளைத்தமிழ் ஆகிய இரண்டும் இன்றும் வாழ்ந்துகொண்டிருக்கின்றன. காரணம் இவை இரண்டும் நபர்களைப் புகழ்ந்து பாடுவதற்கு உரியவை. அதாவது காக்காய் பிடிப்பதற்கு லாயக்கான வகைகள் இவை.

மூன்று சோழ அரசர்களைப் பற்றி 'மூவருலா' என்னும் நூல் பாடிய ஒட்டக்கூத்தர் சோழ சாம்ராஜ்ஜியத்தின் நிரந்தர அரசவைக் கவிஞராகப் பதவி பெற்றிருந்தது வரலாறு. ஒருவன், வீதிகளில் உலா வரும்போது (இன்றைய பொருளில்: தெருக்களில் திரிதல்) அவன் அழகைக் கண்டு குழந்தை முதல் கிழவி வரை எல்லாப் பெண்களும் காதல் கொள்வதுதான் உலா இலக்கியம். 'பார்த்த வுடன் பெண்கள் காதல் கொள்ளும் அழகன்' என்று ஒருவனைப் புகழ்ந்தால் போதாதா, அவனிடம் எந்தக் காரியத்தையும் சாதித்துக் கொள்ளலாம். ஜனநாயக ஆட்சிகள் ஏற்பட்ட பின்னும் 'உலா' பாடியவருக்கு அரசவைக் கவிஞர் பதவி கிடைத்ததாக நினைவு. அதைப் படிக்க விரும்புவோர் பொது நூலகங்களில் தேடினால் கிடைக்கும். மெருகு குலையாத புதுநூலாக.

உலாவைப் போல நேரடியாக அடிவருடாமல் நாகரிகமாக, நாசுக்காகத் தடவிக் கொடுக்கும் இலக்கிய வகை 'பிள்ளைத்தமிழ்.' கவிஞர் யாரைப் பற்றிப் பாட விரும்புகிறாரோ அவரைக் குழந்தையாகப் பாவித்துக்கொண்டு கொஞ்சல், கெஞ்சல், பாராட்டல், புகழ்தல், வாழ்த்தல், ஆசிபெறுதல் முதலிய சகல விதமான முறைகளையும் பயன்படுத்திப் பார்த்துவிடும் வகை 'பிள்ளைத்தமிழ்.'

திராவிட இயக்கத் தலைவர்கள் பெரும்பாலான பேருக்குப் பிள்ளைத்தமிழ் உண்டு. சிலருக்கு ஒன்றுக்கு மேற்பட்ட பிள்ளைத் தமிழ்கள்கூட இருக்கின்றன. என்னுடைய பேராசிரியர் ஒருவர் இரு பிள்ளைத்தமிழ் நூல்கள் பாடியிருக்கிறார். மருத்துவப் படிப்பில் இடம்பெறத் தமிழறிஞர்களின் பிள்ளைகளுக்கு இடஒதுக்கீடு இருந்தது. ஒருவர் தமிழறிஞர் என்பதை நிறுவச் சில நிபந்தனைகளைப் பூர்த்தி செய்தாக வேண்டும். அதில் முக்கியமானவை அவர் வெளியிட்டுள்ள நூல்களின் எண்ணிக்கை. எம்.ஜி.ஆர். தமிழகத்தின் முதல்வராக இருந்தபோது என் பேராசிரியர் 'எம்.ஜி.ஆர். பிள்ளைத்தமிழ்' பாடினார். அவர் மகளுக்கு மருத்துவக் கல்லூரியில் இடம் கிடைத்தது. பின் சில ஆண்டுகள் கழித்து அவருடைய இளையமகள் பன்னிரண்டாம் வகுப்பு படித்தபோது 'புரட்சித்தலைவி பிள்ளைத்தமிழ்' பாடினார். இளைய மகளுக்கும் மருத்துவக் கல்லூரியில் இடம் கிடைத்துவிட்டது. நாவல், சிறுகதை, புதுக்கவிதை என எவ்வளவோ எழுதியும் அவையெல்லாம் சாதிக்க முடியாத ஒரு காரியத்தை வழக்கிழந்து போய்விட்டது என்று கருதப்படும் 'பிள்ளைத்தமிழ்' சாதித்துவிட்டது என்றால் அதன் வலிமை சாதாரணமானதில்லை அல்லவா.

அந்தக் காலத்தில் குமரகுருபரர் போன்ற பக்திமான்களான கவிஞர் பெருமக்கள் பிள்ளைத்தமிழைக் கடவுளைப் போற்றிப் பாடப் பயன்படுத்தினார்கள். 'மீனாட்சியம்மை பிள்ளைத்தமிழ்', 'முத்துக்குமாரசாமி பிள்ளைத்தமிழ்' போன்ற சில நூல்கள் சந்தத்தோடும் கற்பனை வளத்தோடும் அமையப் பெற்றவை.

கடவுளைப் பாடும்போது உறுத்தாத இதன் தொனி, மனிதனைப் பாடும்போது, பெரும் உறுத்தலாக மாறிப் போகிறது. அதுவும் ஒருவர் உயிரோடு இருக்கும்போதே அவரைப் பற்றிப் பாடும் பிள்ளைத்தமிழ் நூல்கள் ஆபாசமானவை என்பதில் சந்தேகமில்லை. தமிழில் இப்படி ஏராளமான பிள்ளைத்தமிழ்கள் உள்ளன. காப்பு, செங்கீரை, தாலாட்டு என வரும் பத்துப் பருவங்களுக்குப் பத்துப் பத்துப் பாடலாக நூறு பாடல்களைக் கொண்டு அமைவது பிள்ளைத்தமிழ். இதில் ஆண்பால் பிள்ளைத்தமிழ்,

பெண்பாற் பிள்ளைத்தமிழ் என்றும் வகைகள் உண்டு. பொதுவாக உயர்வுகளைச் சொல்லிப் புகழ்ந்து பாடுதலை நோக்கமாகக் கொண்ட பிள்ளைத்தமிழ் குறிப்பிட்ட சூத்திர வகைக்குள் அடங்கி விடுவது. ஒரு பிள்ளைத்தமிழ் யாரைப் பற்றிப் பாடுகிறதோ அவர் பெயரை நீக்கிவிட்டு அவ்விடத்தில் வேறொருவர் பெயரைப் போட்டு நிரப்பிக்கொள்ளலாம். ஆனால் வாசிப்புக்கு எரிச்சல் உண்டாக்கும் இவ்வகை நூல்களைப் படிப்பதில் எனக்குப் பிரியமில்லை.

ஆனால் எனக்குப் பிடித்த பிள்ளைத்தமிழ் ஒன்று தனிப்பாடலில் உள்ளது. எனது அலுவல்களில் பிரச்சினை ஏற்படுத்தி மனம் நோகச் செய்யும் அதிகாரம் படைத்தவர்களைக் கரித்துக்கொட்ட இந்தப் பிள்ளைத்தமிழை வாய்விட்டுப் படிப்பேன். என் எரிச்சல், கோபம் அனைத்திற்கும் வடிகாலாகப் பயன்படும் பிள்ளைத்தமிழ் இது. இந்தப் பிள்ளைத்தமிழ் அமைப்பிலேயே ஆச்சரியம் தரக்கூடியது. ஒரு பருவத்திற்கு ஒரு பாடலை மட்டுமே கொண்டது. மொத்தம் பத்துப் பாடல்களால் ஆன பிள்ளைத்தமிழ் இது. பிள்ளைத்தமிழின் பொதுப்போக்கிற்கு எதிரானது. அதாவது புகழ்தல் இல்லை; வசைபாடுதல். பிள்ளைத்தமிழ் முறைக்குள் இப்படி ஒரு எதிர்ப்புக் குரல் அதிசயமானது. சிறப்பெதுவும் இல்லாதவனை 'இந்திரன் சந்திரன்' எனப் போற்றிப் பாடுவதைக் கண்டு எரிச்சல் கொண்ட ஒரு மனம் இந்தப் பிள்ளைத்தமிழைப் பாடியிருக்க வேண்டும். இல்லையேல், எதிர்பார்த்த பலன் கிடைக்காதபோது பிள்ளைத் தமிழை வசையின் பக்கம் திருப்பியிருக்கக் கூடும்.

எப்படியிருப்பினும் பிள்ளைத்தமிழ் என்னும் வகைக்குள் கலகக் குரலாக இது பதிவுபெற்றிருக்கிறது. கலகக் குரல்கள் எப்போதும் அசட்டை செய்து ஒதுக்கப்பட்டுவிடுகின்றன. அவற்றின் இருப்பு எளிதாக அழிக்கப்படுகின்றது. பதிவுகளைத் தவிர்த்தல், தொடர் பயிற்சியிலிருந்து ஒதுக்கல் போன்ற செயல்களால் அவை துடைத்தெறியப்படுகின்றன. உன்னத மதிப்பீடுகள் என்று கருதப்படுபவை மட்டுமே நிலைக்கின்றன. எதிர் மதிப்பீடுகள் அவ்வப்போதைய சலனங்களை ஏற்படுத்திவிட்டு மறைந்துபோகின்றன. ஆனால் எதிர் மதிப்பீடுகளுக்கும் முக்கியத்துவம் தரும்போதே சமூகம் செழுமை பெறும். எதிர் மதிப்பீடுகளில் இருக்கும் ஈர்ப்பு, கொண்டாட்டம் ஆகியவை மனிதனை உயிர்ப்புள்ளவனாகச் செய்பவை. நம் துரதிர்ஷ்டம் எதிர் மதிப்பீடுகளின் பதிவு வெகு குறைச்சல். தோண்டித் துருவி எங்கிருந்தாவது சிலவற்றைப் புதையலாக எடுக்க வேண்டி யுள்ளது. அப்படிப்பட்ட பிள்ளைத்தமிழ் இந்தச் 'சிட்டநாதன் பிள்ளைத் தமிழ்.' சிட்டநாதன் யாரோ எக்காலத்தில் வாழ்ந்தவனோ

தெரியவில்லை. அவனைக் குறித்து 'மங்கைபாகக் கவிராயர்' என்னும் கவிஞர் பாடியது இது.

மங்கைபாகக் கவிராயர் முதலில் 'காப்பு' பாடுகிறார். விநாயகர், சிவன் உள்ளிட்ட பல கடவுள்களிடத்தும் என் தலைவ ரான இந்தக் குழந்தையைக் காக்க வேண்டும் என்று வேண்டிப் பாடும் பருவந்தான் 'காப்புப் பருவம்.' மங்கைபாகக் கவிராயர் தம் பிள்ளைத்தமிழின் நாயகனான சிட்டநாதனைக் காக்க வேண்டி 'குக்கல்' ஆகிய கடவுளிடம் வேண்டுகின்றார். குக்கல் – நாய். குக்கலுக்குப் பேதம் கிடையாது. பார்ப்பான், பறையன் உள்ளிட்ட எல்லாச் சாதியும் ஒன்றுதான். பேதம் பார்க்காதவர் அல்லவா கடவுள்? எனில்,

குக்கலும் கடவுள்தான். குக்கலுடைய இயல்பை இப்படிப் பாடுகிறார் மங்கைபாகக் கவிராயர்.

பார்ப்பார்கள் வீட்டில் பழங்கலம் உருட்டியே
பால்தயிர் எலாம் குடித்துப்
பறைச்சேரி யில்சென்று மாட்டெலும் புகளெல்லாம்
பல்லால் கடித்து நக்கிக்
கோப்பான குறவர்தலை சாரையில் நுழைந்துபோய்க்
குடிசைக் குள்ளே புகுந்து
கூழெலாம் தின்றுவிளை யாடிவரு குக்கலே!

குக்கலை இத்தனை மரியாதையோடு விளிக்கும் பாடல் வேறில்லை. குக்கலிடம் 'கூறும் விண்ணப்பம்' என்னவென்றால் 'சித்தி நாயக மட்டியின் சீழ் பிடித்த தலையைக் காப்பாயாக' என்பதாகும். சித்தி நாயக மட்டி என்னும் சிட்டநாதனை அலங்காரம் செய்யும் விதம் பற்றி ஒரு பாடலில் பாடுகிறார். சிறுநீரி னால் நீராட்டி, கந்தையால் துடைத்து, ஒட்டடைக் கரியினால் கண்ணுக்குள் மையிட்டு, கழுதை விட்டையைச் சுட்டு நெற்றிக்கு நீறிட்டு – என விரிந்து செல்கிறது அந்த வருணனை.

அந்த அற்புதக் குழந்தையை மங்கைபாகர், 'குடுகுடு யெனநட முடுகிய குழிநரி தாலே தாலேலோ, மடையர்கள் இடையர்கள் தடியினில் இடியுனி தாலே தாலேலோ' கடை கடை தொறுநுழை களிசிறை உளிசிறை தாலே தாலேலோ' எனப் பலபடத் தாலாட்டுகிறார். குழந்தையைச் சப்பாணி கொட்டச் சொல்லிக் களிப்பது சப்பாணிப் பருவம். மங்கைபாகர் சிட்டநாதனை 'சட்டமிடும் குண்டியில் தேள்கொட்டவே பெரிய சப்பாணி கொட்டி யருளே' என வேண்டுகிறார். இவற்றைப் போலவே எல்லாப் பருவப் பாடல்களும் சுவாரஸ்யமானவை. அனைத்துக் கட்டுப்பாடுகளையும் தகர்த்து அடிமனதிலிருந்து பீறிட்டுக் கிளம்பும் இந்தக் குரலின் எரிச்சல், கோபம், கேலி, கிண்டல் என எல்லாவித உணர்ச்சிகளையும் கொட்டும் வரிகள்

மிக முக்கியமானவை எனப்படுகின்றன. இத்தகைய குரலிலேதான் உண்மை வெளிச்சம் காட்டுகிறது.

ஓரியும் கூகையும் நாய்களும் நரிகளும் ஊளையிடும் முழக்கம், காஞ்சைக் கொம்பை அடுப்பெடுத்துக் கள்ளி விறகுதனை மாட்டிக் கள்ளும் கறியும் நிறைத்து வைத்தல் – எனப் பல காட்சிகள் இவர் மூலமாகவே வெளிப்படுகின்றன. கொற்கை முத்து புகழ்பெற்றது. இவரோ, வேப்பமுத்து, கொட்டை முத்து போன்ற முத்துக்களைக் காட்டுகிறார். மங்கைபாகக் கவிராயரின் பிள்ளைத்தமிழ் பரவலாகப் புகழ்பெற்றிருக்க வேண்டியது. பத்துப் பாடல்களையும் படித்தால் வாய்விட்டுச் சிரிக்கலாம். மற்றவர்களிடம் சொல்லி மகிழலாம். காக்காய் பிடிக்கும் கவிவாணர்களுக்கு எதிரான, அதிகாரத்திற்கு எதிரான இந்தக் குரல் ஒரு கொண்டாட்டத்தை உற்பத்தி செய்துவிடுகிறது. அவரின் 'வருகைப் பருவ'ப் பாடல் மூன்றடிதான் உள்ளது. இன்னும் மூன்றடிகள் கிடைக்கவில்லையோ கிடைத்தும் தவிர்க்கப்பட்டதோ தெரியவில்லை. ஆனால் இந்த மூன்றடியே போதும். பிற பிள்ளைத்தமிழ் நூல்களின் பாடல்களோடு ஒப்பிட்டுப் பார்த்தும் மகிழலாம்.

பாடல்:

குட்டிச் சுவரே நீவருக
கோழைச் சவமே நீவருக
கோட்டான் முகமே நீவருக
குறும்பா சிமுளே நீவருக
கொட்டுக் குலாமா நீவருக
கொண்டைப் பயலே நீவருக
சுண்ணிக் கலையே நீவருக
சுணங்கல் வாலே நீவருக
காட்டான் புடுக்கே நீவருக
சவங்கல் பானே நீவருக
சட்டிச் செருப்பே நீவருக
தாசி மகனே நீவருக.

குறிப்பு: வருகைப் பருவப் பாடலாகிய இது பன்னிரு சீர்க் கழிநெடிலடி ஆசிரிய விருத்தம். மற்ற பாடல்களைப் பின்னிணைப்பில் காண்க.

OOO

10

குயிலோசையும் காமக்கலகமும்

மா.கிருஷ்ணன் அவர்களை அ.மாதவையாவின் மகன் என்றும் இயற்கையியலில் மிகுந்த ஆர்வம் உடையவர் என்றும் ஏற்கனவே அறிந்திருக்கிறேன். ஆனால் அவர் தமிழில் அழகான கட்டுரைகள் எழுதி யிருப்பதை அறியவில்லை. காலச்சுவடு பதிப்பக வெளியீடாகத் தற்போது வந்துள்ள நூலை மிகுந்த ஆவலோடு வாசித்தேன். பறவைகள் விஷயத்தில் எனக்குமோர் ஈடுபாடுண்டு. பிரயாசைகள் எதுவும் இல்லாமலே என் வாழ்க்கை சார்ந்து பலவிதப் பறவைகள் எனக்கு அறிமுகமுண்டு. அவற்றைப் பற்றியெல்லாம் கிருஷ்ணன் ஏதாவது சொல்லி யிருக்கிறாரா என்னும் தூண்டுதல் என்னைச் செலுத்தியது.

நூலின் தலைப்பு 'மழைக்காலமும் குயிலோசை யும்' என்றிருக்கிறது. 'மழைக்காலம்', 'குயிலோசை' ஆகிய தலைப்புகளில் கட்டுரைகள் இருப்பதால் இரண்டையும் இணைத்து நூலின் பெயராக்கம் நிகழ்ந்திருக்கலாம். மற்றபடி அதிலிருக்கும் முரண் கவனிக்கப்பட்டதா என்று தெரியவில்லை. மழைக் காலத்திற்கும் குயிலோசைக்கும் எந்தச் சம்பந்தமு மில்லை. கிருஷ்ணனே எழுதியிருப்பது மாதிரி வேனிற்காலமே குயிலோசை கேட்கும் காலம். மழைக்காலத்தில் காதை எவ்வளவு உன்னிப்பாக வைத்துக்கொண்டிருந்தாலும் குயிலோசை கேட்காது. ஆனால் மழைக்காலத்தில் குயில் கூவுவதில்லை என்னும் செய்தி பலருக்குத் தெரியாது. சிலப்பதிகாரப் பாடல் ஒன்றில் இளங்கோவடிகள்,

பூவார் சோலை மயிலால
புரிந்து குயில்கள் இசைபாட

என்று எழுதுகிறார். மழைக்கு மேகம் திரண்டிருக்கும்போது மயில் தோகை விரித்து ஆடும் என்பார்கள். அந்தச் சமயத்தில் குயில் பாடாது. இரண்டும் ஒன்றாக நிகழ்வதாக இளங்கோவடிகள் பாடுவது பொருத்தமில்லை. திரைப்பாடல் ஒன்றில் கவிஞர் சுரதா 'மழைநாளில் கோகிலம் பாடாது' என்று சரியாகச் சொல்வார். ஒரு வேளை 'அருட்பா – மருட்பா' என்பது போல முரண் கருதி இந்நூல் தலைப்பு வைக்கப்பட்டிருக்கலாம்.

'குயிலோசை' பற்றிய கட்டுரை மனதை மயக்கும் மொழியில் அற்புதமாக எழுதப்பட்டுள்ளது. வேனிற்காலமாகிய பருவம்தான் குயிலோசைக்கு அடையாளம் தருகிறது என்கிறார். குயிலைவிடவும் இனிமையான குரல் கொண்ட பறவைகள் ஏராளம் இருக்கக் குயிலோசைக்குச் சிறப்புக் கூட என்ன காரணம்? மா. கிருஷ்ணன் எழுதுகிறார் 'அக்காலத்துக்கு (வேனிற்காலம்) ஒருவித மனக்கலக்க மும் கிளர்ச்சியும் ரத்தத்திலோடும் அதிருப்தியுமே அடையாளம். இவையெல்லாம் தொனிக்கும் குயிலின் குரலே அந்தக் காலத்தின் குரல்.' குயிலோசையைக் காலத்தின் குரல் என்று அவர் குறிப்பிடு வது தகவல்களை அறிந்துவைத்திருக்கும் அறிவு கனத்த மூளை யினால் அல்ல; இயற்கையோடு இயைந்து நெகிழும் மனம் உடையவர் என்பதால்தான். இந்நூலில் அவர் எழுதிய கட்டுரைகள் அனைத்தும் வெறும் தகவல் களஞ்சியமாக அமையவில்லை; எழுதும் விஷயத்தோடு உளப்பூர்வமான நெருக்கம் கூடியதாக அமைந்திருப்பதே சிறப்பு.

ஆண் குயிலுக்கும் பெண் குயிலுக்கும் உள்ள வேறுபாட்டை இவர் சரியாக உணர்த்துகிறார். உண்மையில் இரண்டும் வேறு வேறு பறவையினம் போலவே தோற்றம் கொண்டவை. ஆண் குயில் கறுப்பு நிறம் கொண்டது. 'கறுப்பில் ஏழு வகை உண்டு' என்று கிருஷ்ணன் சொல்கிறார். அத்தனை வித்தியாசம் எனக்குத் தெரிய வில்லை. ஆண் குயில் மினு மினுப்புக் கூடிய நெய்க்கறுப்பு நிறம் கொண்டது எனலாம். பெண்குயில் பொறி படர்ந்த இறக்கைகளைக் கொண்டது. வாலின் அளவும்கூட ஆண் குயிலைவிடச் சிறிதாக இருக்கும். எங்கள் பகுதிக் கிராமங்களில் 'கருங்குயில்' என்றும் 'பொறிக்குயில்' என்றும் வேறுபடுத்திச் சொல்வார்கள். கருங்குயிலே மதுரமான குரல் கொண்டது. உண்மையில் இதுதான் கூவும். பொறிக்குயில் தன் கரகரத்த குரலால் கத்தும். ஏகாந்தமான நிலா இரவுகளில் எங்கிருந்தோ கருங்குயில் கூவும்போது ஏக்கம் கூடிய புல்லாங்குழல் இசையைக் கேட்பது போலிருக்கும். பொறிக்குயில், சிறுவர்கள் பருவம் மாறும்போது குரல் உடைந்து கற்களைத் தேய்ப்பது போல ஒருவிதக் குரல் உண்டாகுமே அது மாதிரி

கத்தும். அதனால்தான் இலக்கியங்களில் பொறிக்குயிலை யாரும் பொருட்படுத்தவில்லை போலும்.

'குயிலின் குரலை நுட்பமாக ஆராய்ந்த நம் புலவர்கள் அதன் தோற்றத்தைக் கவனித்ததாகத் தெரியவில்லை' என்றும் கிருஷ்ணன் குறிப்பிடுகிறார். இவர் தமிழ் மரபிலக்கியங்களில் குறிப்பிடத்தக்க அளவு பயிற்சி உடையவர் என்பதை இக்கட்டுரைகளைக் கொண்டே அறியலாம். குயிலின் குரல் நம்மை வந்தடைவதுபோல அதன் தோற்றம் தென்படுவதில்லை.

என் வீட்டுக்கு முன் ஒரு புதுவகை மரம் உண்டு. அதில் மிகச்சிறு பழங்கள் எல்லாப் பருவங்களிலும் கிடைக்கும். அம்மரத்தை நாங்கள் 'தேன் திராட்சை' எனப் பெயரிட்டு அழைக்கிறோம். அம்மரத்தைத் தேடிக் குயில்கள் நிறைய வரும். மனிதச் சந்தடி நிறைந்த நாட்களில் குயில் அந்தப் பக்கமே நாடாது. அரவமற்ற நாட்களில் பகலெல்லாம் அங்கே குயிலின் ராஜ்ஜியம்தான். நான் மட்டும் தனிமையாக இருக்கும் நாட்களில் மரத்தடியில் கட்டிலைப் போட்டுக்கொண்டு அசைவுகளின்றிப் படுத்திருப்பேன். குயில்கள் வரும். கண்களை ஓட்டி எத்தனை முயற்சி செய்தாலும் குயிலின் தோற்றத்தை முழுமையாகக் காண முடியாது. கிளைதோறும் தாவித்தாவி இலைகளினூடே தன்னை மறைத்துக்கொண்டே செல்லும் இயல்புடையது குயில். அடர் இலைப் பகுதியிலேயே பெரும்பாலும் இருக்கும். அசைவுகள், சந்தடிகள் எனச் சிறு நிகழ்வுகளுக்கும் அஞ்சும் இயல்புடையது குயில். அச்சமே அதன் மறைந்துகொள்ளும் சுபாவத்திற்குக் காரணம். இருப்பினும் மின்னல் போல அதன் சிவப்பு நிறக் கண்களையும் வெண்ணிற அலகையும் காணலாம்.

குயிலை வேட்டையாடுவோர் உண்டு. அவர்களும் குயில் கறியின் ருசியை அறிந்த அளவுக்கு அதன் தோற்றப் பொலிவை அறிந்திருப்பார்களா எனத் தெரியவில்லை. குயிலின் அந்தச் சிவப்புக் கண்களைப் புலவர்கள் யாரும் குறிப்பிட்டு எழுதவில்லை என்பதில் எனக்கும் வருத்தமுண்டு. நானறியாத பாடல்களில் ஒருவேளை வந்துமிருக்கலாம். ஆனால், மா. கிருஷ்ணன் 'ஈய நிற அலகு' என்று பொருத்தமாகக் குறிப்பிடும் குயிலின் அலகைப் பற்றிச் சங்ககால ஔவையார் ஒரு பாடலில் பொருத்தமாகக் குறிப்பிடுகின்றார். 'குயில்வாய் அன்ன கூர்முகை அதிரல்' என்பது பாடலடி (அதிரல் – காட்டு மல்லிகை). மிகுந்த வாசனையுடைய மலர் காட்டு மல்லிகை. பெய்யும் மழையிலேயே தன் உயிரைக் காப்பாற்றிக்கொண்டு பாறை இடுக்குகளிலும் புதர்களிலும் வாழும் கொடி. அதன் மொட்டு கூர்மையானது. அதன் மலர் ஈயத்தின் வெண்மை கொண்டது. அந்த அழகிய மலரைச் சுட்டும்போது 'குயில்வாய் போன்றது' என்று ஔவையார் குறிக்கிறார். குயிலின்

அலகை நுட்பமாக அறிந்தவர் ஔவையார். அதன் நிறம், வடிவம் இரண்டையும் ஒருசேரக் காட்டுசிப்படுத்துகிறார்.

தம்முடைய கட்டுரையில் வேறொரு பாடலைக் குறிப்பிட்டு எழுதுகிறார் மா. கிருஷ்ணன். குயிலோசை பற்றிய குறிப்பு ஒன்று அப்பாடலில் உள்ளது. அதாவது வேனிற்காலத்தின் நிலா இரவுகளில் குயில்கள் இடைவிடாமல் கூவும் என்பதற்குச் சான்றாக அப்பாடலை எடுத்துக்காட்டுகிறார். அப்பாடலைப் பாடியவர் காளமேகப்புலவர். அவர் மொழியின் இயல்புகளை நுட்பமாக அறிந்தவர். அவற்றைக் கொண்டு ஏராளமான சித்து விளையாடல்களைப் பாடல்களிலும் நிகழ்த்தியவர். ஆனால் அவருடைய சமத்காரங்களை எல்லாம் மீறி அவரைக் கவிஞர் என்று அடையாளப்படுத்துபவை ஓரிரண்டு பாடல்களே. அத்தகைய சிறப்புக்கொண்ட பாடல், மா.கிருஷ்ணன் மேற்கோளாக எடுத்துக் காட்டுவது. குயிலோசையைக் 'காலத்தின் குரல்' என்று கிருஷ்ணன் கண்டுணரக் காரணமாக இந்தப் பாடலேகூட அமைந்திருக்கலாம். அந்த அளவு மனித உணர்வுக்குப் பின்னணிகளை இந்தப் பாடல் அமைத்துக் காட்டுகின்றது.

இயற்கைப் பொருள்கள் அவற்றின் இயல்பில் இயங்குகின்றன. சம்பவங்கள் இயல்பாக நடக்கின்றன. அவற்றிற்கு நோக்கம் எதுவுமில்லை. குயில் வேனிற்காலத்தில் கூவுகின்றது. அதன் மதுரமான குரலை மனிதர்கள் கேட்பார்கள்; கவிஞர்கள் தம் கவிதைகளில் புகழ்வார்கள் என்னும் எதிர்பார்ப்போடா குயில் கூவுகிறது? கவிஞர்கள் குயிலோசையைப் புகழ்ந்து எழுதிய வரிகள் எவற்றையாவது குயில்கள் அறியுமா? நிலா தேய்கிறது; வளர்கிறது; குளிர்ச்சியான ஒளியை இந்தப் பூமியில் இறைக்கிறது. நிலவொளியைப் பற்றி எத்தனையோ வியாக்கியானங்களை மனிதன் தருகிறான். ஆனால் அதற்காகவா நிலா உதிக்கிறது? காற்றின் விதவிதமான இயல்புகளை நாம் உணர்கிறோம். அவ்வியல்புகள் கிளர்த்தும் உணர்ச்சிகளும் விதவிதமானவை. தென்றலாகிய காற்றின் இயல்பை வசை பாடியும் புகழ்ந்தும் எத்தனையோ வரிகள். ஆனால் காற்று இவற்றையெல்லாம் மனதில் வைத்தா வீசுகிறது?

இயல்பாக நடந்துகொண்டிருக்கும் ஏராளமான விஷயங்கள் மனித மனத்தில் தோற்றுவிக்கும் உணர்வுநிலைகள் பலவிதமானவை. என்ன உணர்வு மனத்தைச் சூழ்ந்திருக்கிறதோ அதனை மிகுவித்து, நிலைப்படுத்துகின்றன இந்த இயற்கை விஷயங்கள். மனிதன் தன் மனச்சுமைகளை எல்லாவற்றின் மீதும் இறக்கிவைத்து ஆற்றிக்கொள்கிறான். அனைத்துமே தனக்காகத்தான் நடக்கின்றன என்னும் பாவனையை உருவாக்குகிறான். அந்தப் பாவனைதான் கலையாக வெளிப்படுகிறது. மா. கிருஷ்ணன் குயிலோசை

தொடர்பான ஓர் உண்மையை நிலைநாட்டச் சான்றாகக் கையாளும் காளமேகப்புலவரின் பாடல் அத்தகைய பாவனை மிகுந்தது. ஒரு காலத்தில் என் நாவில் இடையறாது புரண்டு கொண்டிருந்த பாடல் அது. மொழி, உணர்வை ஏற்றிச் செல்லும் வாகனம் என்பதற்கு இதைவிடவும் சிறந்த பாடலில்லை.

எத்தனையோ முன்னேற்றங்கள் ஏற்பட்டுவிட்ட இந்த உலகத்தில் மின்வசதி இல்லாத ஒரு வீட்டில்தான் 1995ஆம் ஆண்டுவரை என் குடும்பம் வசித்தது. கூப்பிடு தூரத்தில் அங்கொன்றும் இங்கொன்றுமாக வீடுகள் உள்ள பகுதி. கோடைக் காலம் முழுவதும் வாசலில்தான் படுத்துக் கிடப்போம். மின்சாரம் இல்லாமை, நிலவொளியை ஆழத் துய்க்க வாய்ப்பாக அமைந்தது. 'பட்டப்பகல் போல் பால் நிலவு வீசும்' அந்தக் காட்சியில் உலகமே மாயப் போர்வை போர்த்துக் கிடப்பது போலிருக்கும். இரவு எட்டு மணிக்கெல்லாம் துயில் கொண்டுவிடும் வழக்கம் எங்களுக்கு. முன்னிரவில் தூங்கிவிடும் என்னை எங்கிருந்தோ வரும் குரலொன்று மெல்ல உசுப்பும். குரல் என்னுள் இருந்து வருகிறதா வெகு தூரத்தில் இருந்து வருகிறதா எனத் தூக்கமும் விழிப்புமான என் மனநிலைக்குப் புரிபடாது. கொஞ்ச நேரப் புரளலுக்குப் பின் விழிக்க நேரும். அதன்பின் தூக்கமும் அவ்வளவுதான்.

வெளிறிய வானத்தின் ஏதோ ஓரிடத்தில் ஊரும் நிலா. அல்லது வேலவன் குடிகொண்டிருக்கும் மலைக்குப் பின்னிருந்து உதித்து வரும் நிலா. நிலவொளி மேட்டுக்காட்டு நிலங்கள் எங்கும் தங்கு தடையற்றுக் காயும். வெம்மை அமிழ்ந்து காற்று மெலிந்து ஈரப்பதத்தில் தெற்கிலிருந்து மிதந்து வரும். என்னை எழுப்பிய குரலை இப்போது உணர முடியும். அக்காலத்தில் ஏக்கம் கவிய ஏதோ ஒரு வேப்ப மரத்தின் தழைகளினூடே இருந்துவரும் குயிலோசை. குயிலோசை கொண்டிருக்கும் தாபம் சகலத்தையும் தன்வயப்படுத்திக்கொள்ளும். அதன் தாக்குதலுக்கு உட்படாத ஜீவன் ஏது? பெரும்பாலும் பிரிவுத்துயரில் கவிந்திருக்கும் என் மனத்தைக் குயிலோசை அலைக்கழிக்கும். எத்தனைதான் வீரியம் பேசினாலும் இயற்கையை உதற முடியுமா? என் உடல் என்னை மீறி ஏதோ ஓர் உலகத்திற்குப் போய்விடும். மனமும் உடலும் ஒத்துப் போவது இத்தகைய சந்தர்ப்பங்களில் மட்டும்தான் போலும்.

காளமேகப் புலவரும் மனமும் உடலும் ஒத்துப்போகும் அப்படிப்பட்ட நெருக்கடி ஒன்றில் சிக்கிக்கொண்டிருக்கிறார். பரந்த வானத்தை உணரும் வெட்டவெளியில் படுத்திருக்கும் காலம். காளமேகம் அப்படிப்பட்ட ஓர் ஊர்சுற்றி, சுதந்திர ஜென்மம்.

அவரை உசுப்பி எழுப்புகிறது அனாமத்துக் குரலொன்று. துயில் கலைந்துபோகிறது. அப்போதுதான் அவருக்குத் தன் நிலையும் சூழலும் பிடிபடுகின்றன. ஒருபுறம் நிலா போருக்குப் போவதுபோல் புறப்பட்டுக்கொண்டிருக்கிறது. தென்றல் சாட்டைபோல் வீசுகிறது. துயில் கொள்ளாமல் அந்த யாமப்பொழுதிலும் குயில் தாபக் குரலெடுத்து கூவிக் கதறுகிறது. அச்சூழலைக் காளமேகத்தின் வரிகளில் பார்ப்போம்.

சோமன் புறப்படத் தென்றலும் வீசத் துயிலொழிய
யாமங்கள் தோறும் குயில்வந்து கூவிடுமந் நேரத்திலே

'சோமன்' என்னும் சொல் நிலாவைக் குறிக்கும் என்பதை இந்தப் பாடல்மூலம்தான் முதலில் அறிந்தேன். 'புறப்பட' என்றும் சொல் இங்கே வேகத்தைக் குறித்து வருகிறது. 'வீச' என்பதும் அப்படித்தான். 'துயிலொழிய' - அதாவது 'தூக்கம் துளியும் தங்காமல் ஒழிந்துபோக' என்று பொருள். காளமேகத்திற்கும் துயில் ஒழிந்தது. கூவும் குயிலுக்கும் துயிலொழிந்தது. அந்த அகாலத்தில் குயில் கூவுவதைக் காளமேகத்தின் வரிகள் அதே தாபத்தோடு பிடிக்க முயன்றிருக்கின்றன. 'யாமங்கள் தோறும் குயில் வந்து கூவிடுமந் நேரத்திலே' - தோறும், வந்து, கூவிடும் (கூவும் அல்ல) நேரத்திலே ஆகிய சொற்கள் வெளிக்காட்டும் உணர்வுநிலை அலாதியானது. இந்த அடியை வெகு சாதாரணமாக யாராலும் சொல்லிவிட முடியாதபடி ஒரு பிணைப்பை அந்தச் சொற்கள் உட்கொண்டிருக்கின்றன.

இப்படிப்பட்ட பின்னணியில் காளமேகத்திற்கு நேர்ந்தது என்ன? காளமேகம் எதனையும் 'உள்ளொன்று வைத்துப் புறமொன்று பேசும்' இயல்பில்லாதவர். அதனால் வெளிப்படையாகச் சொற்களைப் போடுகிறார். அவரை ஆட்டுவிப்பது 'காமக்கலகம்.' மனத்திலும் உடம்பிலும் நிலை கொண்டு தவிக்கச் செய்யும் அந்நிலையைக் 'கலகம்' என்று சொல்வது பொருத்தம்.

வரலாற்றில் எத்தனையோ கலகங்கள் நிகழ்ந்திருக்கின்றன. அவற்றை எல்லாம்விட மனிதனைப் பாடாய்ப்படுத்துவது காமக் கலகம்தான். கலகம் என்பது போர் அல்ல. போருக்கு நியதிகள் உண்டு. கலகத்திற்கு நியதிகள் இல்லை. எங்கே எது நடக்கிறது என வகுத்துச் சொல்ல முடியாதபடி எங்கெங்கோ என்னென்னவோ நடப்பது கலகம். நியதியற்றது என்பதால்தான் 'காமக்கலகம்.' காமக்கலகம எங்கும் குழப்பத்தை விளைவிக்கிறது. எப்போது குழப்பம் தெளியும்? குழப்பம் தெளிந்தால் மற்ற மனிதர்களைப் போல வீணே கதைகள் பேசி அரட்டை அடிக்க முடியும். காமக் கலகத்தின் குழப்பம் நீண்டு கிடக்கையில் உயிருக்குப் பிழைப்பேது? எந்நேரமும் உயிருக்கு எதுவும் நடக்கலாம். குழப்பத்தில், மனிதரைக்

கண்டால் பேச நா எழுமா? நாக்கு பேச்சற்று வறண்டு தவித்துக் கிடக்கிறது. உயிருக்கும் நாவுக்கும் பிழைப்பு உண்டாகி கதைப் பேசக் காமக் கலகம் தெளிய வேண்டுமே. தெளிய ஏதாவது வாய்ப்பிருக்கிறதா? ஒன்றுமில்லை. கலகத்தை மிகுவிக்க எல்லா ஏற்பாடுகளும் நடந்துகொண்டிருக்கின்றன. நிலவு, தென்றல், குயில் எல்லாவற்றின் வேலைகளுமே கலகத்தை மிகுவிக்கும் நோக்கிலேயே இருக்கின்றன. ஆகக் கலகம் எப்போது தெளிவது? பிற மனிதர் போலப் பேச்சு வருவது எப்போது? காளமேகத்தின் முழுப் பாடலைக் கவனியுங்கள்:

> சோமன் புறப்படத் தென்றலும் வீசத் துயிலொழிய
> யாமங்கள் தோறும் குயில்வந்து கூவிடுமந் நேரத்திலே
> நாமும் பிழைத்து மனிதர்முன் பேசிட நாவுமுண்டாய்
> காமக் கலகம் தெளிந்தபின் யானும் கதைசொல்வேனே

வேசி ஒருத்தி கதை சொல்லும்படி கேட்ட போது காளமேகம் பாடியதென இப்பாடலின் குறிப்பு கூறுகிறது. இதில் வரும் 'நாம்' என்பது எதுகைக்காய் வந்த தன்மைப் பன்மைக் குறிப்பு. அது காளமேகத்தைத்தான் குறிக்கிறது. இல்லையேல் பாடலைத் தனதாக்கிக்கொள்ளும் வாசகரைக் குறிக்கிறது. இறுதியில் வரும் 'கதைசொல்வேனே' என்பது வீணே பேசிக்கொண்டிருக்கும் மனிதர் இயல்பைக் குறிக்கிறது. தனிமையில் இருக்கும் ஓர் உள்ளத்தின் தாபமாக இப்பாடலைக் கொள்வதே சிறப்பு. எனக்கு அவ்விதமே அர்த்தமானது; அர்த்தமாகிறது.

இந்த நல்ல கவிதையை நினைவுகூரக் காரணமான மா. கிருஷ்ணன் அவர்களுக்கு நன்றி.

ooo

11

பாச்சலூர்க் கிராமத்தாரே

'சொந்த ஊருக்குச் செல்லும் பாதையைப் போல இனிமையானது வேறெதுவும் இல்லை' என எழுத்தாளர் பா. செயப்பிரகாசம் பல இடங்களில் குறிப்பிட்டுள்ளார். சொந்த ஊர்ப் பாதையைப் போலவே இந்த வரியும் அவருக்கு மிகவும் பிடித்த மானது போலும். பால்யத்தைக் கிராமத்தில் கழித்து, வேலை நிமித்தம் பின்னர் நகரத்திற்கு வந்து குடியயேறி நிலைப்பட்டுவிட்ட பிரிவினரின் ஏக்கம் தொனிக்கும் குரல் இது. குறிப்பாக, நில உடைமை பெற்றிருக்கும் வேளாளச் சாதியினரின் குரல். சொந்தக் கிராமத்தை மனத்தில் சுமந்துகொண்டு அதற்குக் கொஞ்சமும் தொடர்பில்லாத நகரத்தில் வாழ வேண்டிய நிர்ப்பந்தம் கொண்டவர்கள் இவர்கள். கிராமம் என்றாலே மனிதர்களைவிடவும் மிகுதியாக இவர்களுக்கு அர்த்தமாவது காடுகரை, தோப்புதுரவு, குளம் குட்டை, கேணி கிணறு என அங்கிருக்கும் இடங்கள்தாம். பால்யத்தில் சந்தோஷமாகச் சுற்றித் திரிந்த நினைவுகள் இடங்களாக மனத்தில் பதிவு பெற்று இருக்கின்றன.

நில உடைமைச் சாதியினருக்கு மண்ணின் மீதுள்ள பிடிப்பு அபரிமிதமானது. காலகாலமாக மண்ணுடனே தங்கள் வாழ்வைப் பிணைத்துக் கொண்ட இவர்கள் மண்ணின் பொருட்டுத் தம்முள்ளே வளர்த்துக்கொள்ளும் பகையும் சண்டையும் அளவற்றவை. வரப்புத் தகராறின் காரணமாக நடந்த கொலைகளும் அதிகம். மேலும்

ஒன்றுமே விளையவில்லை என்றாலும் வெறும் மண்ணையேனும் கொத்திக்கொண்டிருக்கும் இயல்புடைய இவர்கள் படும்பாடு சொல்லிமாளாது. சிறிதளவேனும் நிலம் இல்லாமல் இருப்பது இவர்களைப் பொறுத்தவரை அவமானத்திற்குரிய ஒன்றாகும். நிலத்தை விற்க நேர்ந்ததால் தற்கொலை செய்துகொண்டவர்களும் உண்டு. அதனை மரியாதையும் மானமும் பறிபோய்விட்ட மாபெரும் வீழ்ச்சியாகக் கருதுவர்.

உடைமையின் பண்பு எவரையும் அடிமைப்படுத்தக்கூடியது. மனிதனுக்குள்ள நற்குணங்கள் அனைத்தையும் துடைத்தெறிந்து விட்டுத் தன்வயப்பட்டவனாக ஆக்கிக்கொள்ளும் தன்மை உடையது. உடைமை ஒருவனை வெகுஇயல்பாகச் சுவீகரித்துக் கொள்ளும். தன்மீது பித்தினை உருவாக்கிவிடும். மற்றவற்றைவிட நிலைத்த தன்மை கொண்டதாகிய நிலத்தை உடைமையாகப் பெற்றுவிட்டால் அது கொடுக்கும் கிறுகிறுப்பிலிருந்து என்றும் விடுபட முடியாது. நிலஉடைமை என்பது வாழ்நாள் முழுவதும் நீங்காமல் பீடித்துக்கொள்ளும் கடுமையான நோயைப் போன்றது. எத்தனை கஷ்டத்தை அனுபவித்தாலும் நிலம் உடையவர்கள் எளிதில் இடம்பெயர்வதில்லை. அப்படியே இடம் பெயர்ந்தாலும் திரும்பவும் நிலம் சார்ந்தே நிலைகொள்வர். மண்ணுக்கும் மனிதனுக்கும் உள்ள பிணைப்பு பற்றிப் பலவிதமான கதைகள் நம்மிடம் உண்டு. மண்ணிலே விழுந்து புரண்டு ஆனந்தித்த தலைவர்கள், கவிஞர்களைப் பற்றிய உணர்ச்சிமயமான சம்பவங்கள் உள்ளன. மண்மீது கொண்ட பற்றினால் போகத் தவிக்கும் உயிர்கள் மண்ணைக் கரைத்து வாயில் ஊற்றிய உடனே போய்விட்ட கதைகளும் கிராமங்களில் உண்டு.

இத்தகைய பின்னணி ஒன்றிலிருந்து அரசுப்பணி அல்லது வேறு வேலைகளின் காரணமாக நகரத்திற்கு வந்து குடியேறி விட்ட தலைமுறையினரின் மனோபாவம் நவீன இலக்கியத்தில் பலவிதமான வெளிப்பாடுகளைப் பெற்றுள்ளது. இத்தலைமுறை யினரின் இளமைக்காலம் கிராமங்களில் கழிந்தது. ஆகவே இவர்களின் நினைவுகளில் கிராமம் உறைந்துபோன காலமாகி உள்ளது. ஆண்டுக்கு ஒரு முறையோ சில ஆண்டுகளுக்கு ஒரு முறையோ தம் சொந்த ஊருக்குச் செல்லும் வாய்ப்பைப் பெறும் இவர்களின் மனத்தில் விழாக்காலக் குதூகலம் கொப்பளிக்கும். பரிச்சயமான, சுற்றித்திரிந்த இடங்களை எல்லாம் மீண்டும் காண்பது ஒரு வைபவமாக அமைகிறது. அந்த உற்சாகம்தான் 'சொந்த ஊருக்குச் செல்லும் பாதையைப் போல இனிமையானது வேறெதுவும் இல்லை' என்கிறது.

இவர்களின் உடல் நகர வாழ்க்கையின் வசதிகளுக்குப் பழக்கப்பட்டுவிட்ட காரணத்தால் அந்தச் சொகுசுகளையும்

விட்டுவிட முடிவதில்லை. கிராமம், நகரம் என்னும் எதிரிணை உருவாக்கியவர்களாக இவர்கள் இருக்கிறார்கள். அகத்தில் கிராமத்துக்காரர்களாகவும் புறத்தில் நகரத்துக்காரர்களாகவும் வாழும் முரண் வாழ்க்கை இவர்களுடையது. சொந்த ஊர் ஏக்கம் நிரம்பிக்கிடக்கும் இவர்கள் உள்ளம் சொந்த ஊருக்குச் செல்லும் பாதையை வேண்டுமானால் இனிமையானதாகக் கருதும். சொந்த ஊரில் வாழ்வதை இனிமையானதாகக் கருதுவதில்லை. சொந்த ஊருக்கு அருகில் இடமாற்றம் பெற்றுச் சென்று கிராமத்து வாழ்க்கையை மேற்கொள்ளக்கூட இவர்களால் முடிவதில்லை. ஆனால் பால்யத்தின் ஏக்கம் ததும்பி வழியும் குரலில் பேசவும் இலக்கியம் படைக்கவும் முடிகிறது.

இவ்விடத்தில் கவிஞர் தய்.கந்தசாமியின் கூற்று ஒன்றையும் நினைவுபடுத்திப் பார்க்கலாம். அவர் 'கிராமங்கள் அழிய வேண்டும். ஏனென்றால் அங்கேதான் சாதி இருக்கிறது' என்று ஓரிடத்தில் எழுதியுள்ளார். நில உடைமை அற்ற ஆனால் நிலத்தில் கூலியாக, அடிமையாக வேலை செய்ய வேண்டிய நிர்ப்பந்தம் கொண்ட தலித் சாதிகளின் சாபமாக இதனை எடுத்துக்கொள்ளலாம். கிராமங்களில் முக்கியத் தொழில் வேளாண்மை. வேளாண்மைக்கு அடிப்படை நிலம். அந்த நிலத்தின் மீது எந்த உரிமையும் அற்ற, கூலியாக வேலைக்குச் செல்லும்போது தவிர, மற்ற சந்தர்ப்பங் களில் நிலத்தினுள் புக முடியாத சாதியினருக்குக் கிராமம் இனிமையானதாகத் தோன்றுமா? உடைமை அற்றவர்களுக்குச் சொந்த ஊருக்குச் செல்லும் பாதை எவ்விதத்தில் இனிமையாக முடியும்?

நான் சென்னையில் தங்கிப் படித்த காலத்தில் ஒரு மாதம் ஊருக்குப் போகவில்லை என்றால் பைத்தியம் பிடித்தது போல் ஆகிவிடும். காற்றாட நிலங்களுக்கு இடையே ஒரு நடை போய் வந்தாலன்றி பைத்தியம் தெளியாது. வறண்ட நிலங்களாக இருப்பினும் உயர்ந்து நிற்கும் பனை மரங்களினூடே வெறுமனே சுற்றி வருவதில் சுகம் உண்டு. என்னுடன் பயின்ற நண்பர்களில் பலர் தலித்துகள். பெரும்பாலும் அரசாங்க நல விடுதியில் தங்கி இருந்தவர்கள். அவர்களில் பலர் ஊருக்குச் செல்வதை நான் கண்டதே இல்லை. அப்படியே ஊருக்குச் சென்றாலும் செல்லும் முன்பும் திரும்பிய பின்பும் அதைப் பற்றிய பிரஸ்தாபம் எதுவும் இருந்ததில்லை. ஊருக்குச் செல்வதை மனதார அவர்கள் விரும்பியதே இல்லை என்பதுதான் என் அனுமானம். பணம் தேவைப்படும் சமயத்தில் மட்டும் சென்று சிலநாள் தங்கியிருந்து திரட்டி வருவதுண்டு. மற்றபடி கோடை விடுமுறைக் காலத்தில் விடுதி உணவகம் மூடப்பட்டால் மட்டுமே வேறுவழியின்றி ஊருக்குச் செல்வார்கள். அப்போதும் ஏதாவது பகுதிநேர வேலை

ஒன்றைப் பார்த்துக்கொண்டு நகரத்திலேயே தங்கிவிடுவர் சிலர். சென்னையில் உள்ள நல விடுதிகளுக்குச் சென்று பார்த்தால் கல்லூரியில் படிப்பவர்கள் அளவுக்குப் படித்து முடித்தவர்களும் தங்கியிருப்பதைக் காண முடியும். என் நண்பர்கள் அதிகம் ஊருக்குச் செல்லாமைக்கு இரண்டு காரணங்கள் உள்ளன. ஒன்று, போக்குவரத்துக்குச் செலவழிக்கப் பணமின்மை. மற்றொன்று, கிராமம் முத்திரை இட்டிருக்கும் அடையாளம் தரும் வெறுப்பு. நகரத்திலும் சாதி இருக்கத்தான் செய்கிறது. ஆனால் கிராமம் போல எந்நேரத்திலும் அடையாளப்படுத்திக்கொண்டே இருப்பதில்லை.

சேரிக்குச் செல்லும் பாதையைத் தவிர 'ஊருக்குச்' செல்லும் பாதையில் நடக்க உரிமை இல்லை. குளம், கிணறு போன்ற நீர் நிலைகளில் குதித்து நீராடவோ குடிக்க நீரெடுக்கவோ முடியாது. வேலைக்குச் செல்லும்போது தவிர நிலங்களினூடே காலார நடந்து செல்ல அனுமதி இல்லை. ஊரிலிருக்கும் தேநீர்க் கடைக்குச் சென்றால் தனிக்குவளைதான். இரட்டைக்குவளை முறை எல்லாம் ஒழிந்து எத்தனையோ காலமாகிவிட்டது என்று சொல்லும் பிரகிருதிகள் இருக்கிறார்கள். அவர்கள் எங்கள் கிராமங்களுக்கு வந்தால் இரட்டைக்குவளை முறை அல்ல, மூன்று குவளை முறையைக் காணலாம். கவுண்டர் உள்ளிட்ட வேளாள சாதிகளுக்கு ஒரு குவளை. பறையர்களுக்கு ஒரு குவளை. அருந்ததியர்களுக்குத் தனிக்குவளை. கல்லூரியில் படிக்கும் மாணவன் என்பதற்காகத் தனி மரியாதை எல்லாம் கிடையாது. இப்படிக் கிராமத்துக் காற்றும் சாதி அடையாளம் கொண்டு அவமானப்படுத்தும் என்றால் அங்கே செல்ல எப்படிப் பிரியம் வரும்?

நான் அரசுப்பணியில் சேர்ந்தபோது, நண்பர்கள் சிலருடன் சேர்ந்து வீடெடுத்துத் தங்கியிருந்தேன். அவர்களில் ஒரு நண்ப ருடைய ஊர் ஒரு மணி நேரப் பயணத் தூரம்தான். விரும்பினால் தினமும் பேருந்திலேயே வந்து போய்விடலாம். பேருந்துப் பயணம் அலுப்பூட்டுமெனில் ஒரு நாள் விட்டு ஒரு நாள் போய்வரலாம். வீட்டுச் சமையல் சாப்பிடலாம். சொந்த பந்தங்களோடு கூடி மகிழலாம். இல்லையேல் வார விடுமுறையில் வெள்ளி மாலை புறப்பட்டுச் சென்று சனி, ஞாயிறு ஊரில் இருந்துவிட்டுத் திங்கள் காலை புறப்பட்டு வேலைக்கு வந்துவிடலாம். இரண்டு நாள்களை முழுமையாக ஊரில் கழிக்கலாம். ஆனால் என் நண்பர் இந்த மகிழ்ச்சிகளை எல்லாம் அனுபவிக்க விருப்பமற்றவர். மாதச் சம்பளம் வாங்கும் வாரம் மட்டுமே ஊருக்குச் செல்வார். அதுவும் ஒரு நாளிலேயே திரும்பி விடுவதுண்டு. அவருக்குச் சொந்த ஊரோ ஊர்ப்பாதையோ இனிமையானதாகத் தோன்றியதில்லை.

ஊருக்குப் போவதைப் பற்றிய பேச்சு வந்தால் சலிப்புக் குரலில் 'அங்க என்னங்க இருக்குது' என்பார். அந்த வார்த்தைகளில்

எத்தனையோ பொருள்கள் பொதிந்து இருக்கின்றன. உடைமை யாளர் ஒருவரின் குரல் இவ்விதம் ஒலிக்குமா? காலகாலமாகப் பண்ணை அடிமைகளாக உழைத்து வரும் அருந்ததியர் சாதியில் பிறந்தவர் அந்நண்பர். ஊரிலே அவருக்கு என்ன இருக்கிறது? அங்கிருந்து உருவாகி வந்த முதல் பட்டதாரி அவர். பள்ளிப் படிப்பைக்கூடத் தாண்டாத இளைஞர் குழாமினுள் என்ன முயன்றாலும் அவரால் இயல்பாக நுழைய முடியவில்லை. இருபது முப்பது குடிசைகள் உள்ள குடியிருப்புப் பகுதிக்குள் எவ்வளவு நேரம் சுற்றி வர முடியும்? ஒரே ஒரு வடிகால் கோயில் திண்ணைதான். ஊரே வேலைக்குச் சென்றிருக்க ஓரிருவர் மட்டுமே உலாவரும் அங்கே நண்பரின் நிலை மிகக் கஷ்டம். சரி, அப்படியே நிலங்களுக்குள்ளே புகுந்து பயிர் பச்சைகளைக் கண்ணில் பருகிக் காற்று வாங்கிவரலாம் என்று நினைத்தால் யாருடைய நிலத்திற்குள் புகுவது? எதற்கு வந்தாய் என நிலச் சொந்தக்காரர் பிடித்துக்கொள்வார். திருட்டுக்குற்றம்கூடச் சுமத்தலாம். சாதிப்பெயர் சொல்லித் திட்டி அவமானப்படுத்தலாம். எல்லாச் சாதியினரும் கூடும்படியான கிராமத்துப் பொதுவிடம் எதுவுமில்லை. அவருடைய படிப்பு, பணி, பதவி என எதற்குமே மதிப்பளிக்காத, சாதி ஒன்றை மட்டுமே அடையாளப்படுத்தும் இடங்களே மிகுதி. ஆக, அவர் ஊருக்குச் செல்ல விரும்பாமை நியாயமாகவே படுகிறது.

சொந்த ஊருக்குச் செல்லும் பாதையின் இனிமைக்கு ஏங்கும் குரலின் தன்மையையும் கிராமங்கள் அழிய வேண்டும் என்னும் குரலின் இயல்பையும் ஒப்பிட்டுப் பார்த்தால் அவற்றுள் பொதிந்திருக்கும் நுட்பமான வேறுபாடுகளை அறிய முடியும். ஒருவருடைய ஒரே ஒரு கூற்றை மட்டும் பகுத்து இப்படியெல்லாம் விவரிக்க முடிகிற காலம் இது. ஆனால் வரலாறு நெடுகிலும் நமக்குக் காணக் கிடைக்கும் சாதி எதிர்ப்புக் குரல்களின் பதிவு மிகக் குறைச்சல்.

○

சேலம் ஆத்தூரில் நான் பணியாற்றிக்கொண்டிருந்தபோது அங்கிருக்கும் ஆசிரமம் ஒன்றோடு எனக்குச் சில தொடர்புகள் ஏற்பட்டன. அவ்வாசிரமத்தை நிறுவியவர் சிவானந்த பரமஹம்ஸர் என்னும் பெயருடைய மலையாள ஞானி ஒருவர். கேரளத்தில் நான்கு இடங்களில் கிளைகளைக் கொண்டுள்ள இந்த ஆசிரமத்திற்குத் தமிழகத்தில் ஒரே ஒரு கிளை மட்டுமே உள்ளது. சித்தாசிரமம் என்னும் பெயருடைய அங்கே சித்த மருந்துகள் சிலவற்றைப் பெறும் பொருட்டு தொடக்கத்தில் சென்றேன். பின் சிவானந்தரின் கருத்துகளை அறிந்துகொள்ள முயன்றேன். மிகவும்

வித்தியாசமான, பகுத்தறிவுக்கு உகந்த கருத்துகளைப் பேசியவர் சிவானந்தர். சாதி தொடர்பாக அவர் வைக்கும் தர்க்கங்கள் மிக முக்கியமானவை.

சாதி என்ற ஒன்று இருக்குமானால் அதைப் பார்ப்பதற்கோ அறிவதற்கோ முடியும் அல்லவா? ஒரு ஆளைப் பார்த்தவுடன் சாதி தெரிய வேண்டுமல்லவா? தீண்டாமை என்ற ஒன்று உண்மை யெனக் கருதினால் யாரும் சுவாசிக்கக் கூடாது. ஏனென்றால் வெளியில் இருக்கிற காற்று சகல சராசரங்களும் வெளியில் விட்டு அதாவது தன்னுள்ளிருக்கிற மூச்சை வெளியில்விட்டு அதெல்லாம் ஒன்றாய்ச் சேர்ந்திருக்கிற வாயுவாகும். அப்படிப்பட்ட காற்றை நாம் உள்ளே வாங்கும்போது தீண்டாமை எங்கே இருக்கிறது என்பன போன்ற கேள்விகளை எழுப்பியவர் சிவானந்தர். அவருடைய கருத்துக்களை வாசித்தபோது உண்டான வியப்பால் தமிழ் இலக்கியப் பரப்பில் கிடைக்கும் சாதி எதிர்ப்பு தொடர்பானவற்றைச் சேகரிக்கத் தொடங்கினேன்.

பொதுப்புத்திக்கு மாறான விஷயங்களை எல்லாம் நம் மரபு திட்டமிட்டு அழித்து வந்திருக்கிறது. சென்ற நூற்றாண்டில் பழைய இலக்கியங்கள் பதிப்பிக்கப்பட்டபோது ஏராளமான ஓலைச் சுவடிகள் ஆற்றில் விடப்பட்டன என்றும் கறையானுக்கு இரையாகின என்றும் பலர் கூறினர். அவை உண்மைதான். எனினும் திட்டமிட்டு வெவ்வேறு காரணங்களுக்காக அழிக்கப்பட்ட நூல்களும் உண்டு. ஐம்பெருங்காப்பியங்களுள் ஒன்றான வளையாபதி ஏட்டுச் சுவடி ஒன்றை திருவாவடுதுறை மடத்துப் புத்தகச் சாலையில் உ.வே. சாமிநாதையர் பார்த்திருக் கிறார். பின்னர் சில ஆண்டுகள் கழித்து அதனைப் பதிப்பிக்கும் எண்ணத்தோடு போய்த் தேடிய போது அச்சுவடி அங்கே இல்லை. சமணக் காப்பியமாகிய வளையாபதிச் சுவடியைச் சைவ மடம் என்ன செய்ததோ தெரியவில்லை. ஆறுமுக நாவலர் தம் பதிப்பு நூலொன்றில் அச்சுக்குச் சித்தமாக இருக்கும் பிரதிகள் எனத் தலைப்பிட்டு வளையாபதியின் பெயரையும் தருகிறார். அச்சுக்குச் சித்தமாக இருந்த அந்நூல் ஏன் வெளியிடப்படவில்லை எனத் தெரியவில்லை. சென்ற நூற்றாண்டில் நடந்த ஐயத்திற்குரிய இத்தகைய நிகழ்ச்சிகள் தமிழ் அறிவுச் சூழலின் மீதே ஐயத்தை உண்டாக்குகின்றன.

இவ்வாறு இருக்கையில் சாதி எதிர்ப்புக் குரல்கள் பற்றிய பதிவுகள் விட்டு வைக்கப்பட்டிருக்கும் என நாம் நம்புவதற்கு எத்தகைய முகாந்தரமும் இல்லை. பிறக்கும்போதே ஒருவனுக்குச் சாதி அடையாளமும் உண்டாகிவிடுகிறதென்னும் மனுதர்மக் கருத்தை மறுக்கும் திருக்குறள் பதிவு தப்பிப் பிழைத்த ஒன்று.

‘பிறப்பொக்கும் எல்லா உயிர்க்கும்’ எனத் திருவள்ளுவர் நெற்றியடி போடும் இத்தொடர் குறள் என்னும் யாப்புச் செறிவினாலேயே தன்னைக் காப்பாற்றிக்கொண்டிருக்கக் கூடும். ‘ஆவுரித்துத் தின்றுழலும் புலையர்’ எனக் கீழ்மைப்படுத்தும் பக்தி இலக்கியங்களில் சாதியினரைத் திரட்டும் நோக்கம் இருக்கிறதே தவிர சாதி எதிர்ப்பு இல்லை. ‘சாதியாவது ஏதடா’ என வன்மையாகக் குரலெழுப்பும் சித்தர்களின் பாடல்களில் சிலவரிகள் காணக்கிடைக்கின்றன. அவையும்கூட இப்போதைய பதிப்புகளில் விடுபடுவதாகக் கூறுகின்றனர்.

நான் எதிர்பார்க்காத வகையில் தனிப்பாடல் திரட்டு நூலொன்றில் சில பாடல்கள் கிடைத்தன. ‘பாச்சலூர்’ கிராமத்தாரை விளித்து ‘உலகுத் தத்துவப் பொருளைக் கூறியது’ என்னும் தலைப்பில் பத்துப் பாடல்களைக் கண்டேன். அவை பலருடைய நாவிலும் பலமுறை பல்லாண்டுகள் புழங்கிப் பயிலப்பட்ட மொழியில் அமைந்திருந்தன. பேச்சுத் தமிழில் இயல்பாகத் தர்க்கம் புரிவது போன்ற தொனியுடைய இப்பாடல்கள் யாரும் அறியாத ஒரு தனிப்பாடல் திரட்டிற்குள் பாடியவர் பெயரைக்கூட அறிய முடியாதபடி, எந்தக் குறிப்பும் அற்றுக் கிடக்கின்றன. சிவானந்த பரமஹம்சரின் கேள்விகளைப் போல மிக எளிய தர்க்கம். எல்லாரும் சுவாசிக்கும் காற்றைத் தானே நீயும் சுவாசிக்கிறாய். அப்புறம் எப்படித் தீண்டாமை இருக்க முடியும் என்பது அவர் கேள்வி. பாச்சலூர் என்னும் கிராமத்திலுள்ள மக்களை அழைத்து அவர்களைப் பார்த்துக் கேட்கும் இந்தத் தனிப்பாடல்களும் அவ்விதமானவையே.

பாச்சலூர், நன்செய் நிலங்கள் இல்லாத கிராமம் போலும். வறண்ட நிலப்பகுதியில்தான் பனைமரங்கள் செழித்து வளரும். எப்போதாவது பெய்யும் மழை பனைக்குப் போதுமானது. அங்கே வாழும் மனிதர்களுக்கும் அப்படித்தான். குறைந்த மழையில் வேளாண்மை செய்து நிறைவாக வாழ்வை ஓட்டுபவர்கள். பனை, தான் உறிஞ்சும் அந்தக் குறைந்த மழைநீரையும் தானே உண்டு செரித்துவிடுவதில்லை. பலவிதங்களில் மனிதனுக்குக் கொடுத்துவிடுகிறது. பனைப் பொருள்கள் மனித உடலுக்கு மிகவும் பொருந்தும் உணவாகும். வெம்மை மிகுந்த நம் தேசத்தில் பெரும்பாலோருடைய உடல்கள் சூட்டுத்தன்மை வாய்ந்தவை. சூட்டைத் தணித்து உடலைக் குளிர்விப்பவை பனைப்பொருட்கள். அதுவும் பனை தன்னை மனிதனுக்கு வழங்கும் காலமும் கோடைக்காலம்தான். மார்கழி முடிந்து தை தொடங்கியதும் பனையின் பருவமும் தொடங்கிவிடுகிறது. தையிலிருந்து புரட்டாசிவரை கொடுப்பதில் கொஞ்சம்கூட ஓய்வதில்லை பனை. கள், பதநீர், பனைவெல்லம், நுங்கு, பனம்பழம்

என அனைத்தும் அடுத்தடுத்துக் கிடைக்கின்றன. வறட்சி மிகுந்த விளைநிலங்களில் கற்பக விருட்சமாக இருப்பது பனைதான்.

இப்படிப்பட்ட பனையைக் கொண்டு ஒரு அடிப்படை உண்மையை விளக்குகிறார் இந்தத் தனிப்பாடலாசிரியர். பனைமரம் ஒன்றில் இரண்டு பாளைகள் வருகின்றன. அவற்றில் ஒன்றைப் பதப்படுத்திக் கள் வரச் செய்து கலயம் மாட்டிவிடுகிறோம். மற்றொரு பாளையை ஒன்றும் செய்யாமல் அப்படியே விட்டு விடுகிறோம். அப்பாளை முதிர்ந்து நுங்காக மாறுகிறது. சரி. கள்ளையும் பருகுகிறோம். நுங்கையும் தின்கிறோம். கள்ளும் நுங்கும் வேறு வேறா? நுங்காக மாறுவதற்குரிய பனைநீர்தான் கள். அதனை முன்கூட்டியே நாம் எடுத்துக்கொள்கிறோம். எடுக்காமல் விட்டால் அக்கள் நுங்காக மாறிவிடும். பிறகெப்படிக் கள்ளும் நுங்கும் வேறு வேறாகும்? இயல்பை எடுத்துக்கொண்டால்கூடக் கள்ளும் நுங்கும் ஒரே விதமான பலனைத் தருகின்றன. அதனால் ஒரு பாளையில் கள் வருகிறது; வேறொன்றில் நுங்கு வருகிறது; இரண்டும் வேறு வேறு என்று சொல்லிவிட முடியாது. சிந்தித்தால், இரண்டின் அடிப்படையும் ஒன்றுதான். அறிவுடன் பார்த்தால் இரண்டுமே கள்தான். இரண்டுக்கும் வெவ்வேறு சூழ்நிலை அமைவதால் வெவ்வேறு வடிவில் நமக்குக் கிடைக்கின்றன. வெவ்வேறு சுவையைத் தருகின்றன. ஆனால் அடிப்படை ஒன்று தான். இதோ –

ஒருபனை இரண்டு பாளை
ஒன்று நொங்கு ஒன்று கள்ளு
அறிவுடன் கொள்ளு வோர்க்கு
அதுவுங்கள் இதுவும் கள்ளே.

இதனைச் சொல்வது எதற்காக? பனையைப் பற்றி நிரம்பத் தெரிந்தவர்கள் பாச்சலூர் மக்கள். ஆகவே அவர்களுக்கு அதனைச் சொல்லிவிட்டு வேறொன்றை உணர்த்த முயல்கிறார். கள்ளும் நுங்கும் ஒரே மரத்திலிருந்து கிடைக்கின்றன; இரண்டின் அடிப்படை இயல்புகளும் ஒன்றுதான். அப்படியிருக்கக் கள் உயர்ந்தது, நுங்கு தாழ்ந்தது என்று சொல்லிவிட முடியுமா? இல்லை, ஒருவருக்கு நுங்கின் சுவை பிடிக்கிறது என்பதற்காக நுங்கு உயர்வு, கள் தாழ்வு என்று சொல்லிவிடலாமா? அதுபோலத்தான் மனிதர்களும். பிறப்பின் அடிப்படை எல்லாருக்கும் ஒன்றுதான். அதில் உயர்வு தாழ்வென்ன? அதைத்தான் கேட்கிறார் –

ஒருகுலம் உயர்ந்த தோ?
ஒருகுலம் தாழ்ந் தேதோ?
பறையனைப் பழிப்ப தேதோ?
பாச்சலூர்க் கிராமத் தாரே!

பறையரை இழிகுலம் எனப் பழிக்கும் பாச்சலூர்க் கிராமத்தார், பனையை உணர்ந்தது போல மனிதர்களையும் உணர வேண்டும் என்னும் நோக்கில் இப்பாடலாசிரியர் கேட்கிறார்.

இன்னொரு பாடலில் வேறொரு உதாரணத்தைக் காட்டு கிறார். சந்தனம், அகில், வேம்பு ஆகியவை மரங்கள். தனித்தனி வாசனை வீசும் இயல்புடையவை. இம்மரக்கட்டைகளைக் கொண்டு பிணத்தை எரிக்கிறோம். அப்பிணம் அந்தணர் உடலாக இருந்தால் தீயில் வேகும்போது ஒருவித மணமும் புலையர் சாதியைச் சேர்ந்தவர் உடலாக இருப்பின் வேறொருவித மணமும் வீசுமோ. தீயில் பேதமுண்டோ என்று கேட்கிறார். அந்தப் பாடலையும் பாருங்கள் –

சந்தனம் அகிலும் வேம்பும்
தனித்தனிக் கந்தம் வீசும்
அந்தணர் தீயில் வெந்தால்
அதுமணம் வேற தாமோ
செந்தலைப் புலையன் வெந்தால்
தீமணம் வேற தாமோ
பந்தமும் தீயும் வேறோ
பாய்ச்சலூர்க் கிராமத் தாரே.

ஆர்ப்பரிப்போடும் வேகத்தோடும் சாதியைப் பற்றிப் பேசுவதைவிடவும் இவ்விதம் அடங்கிய தொனியில் அறிவுபூர்வ மாகக் கேள்வி எழுப்பும் எளிய தர்க்கங்களுக்குத் தாக்கம் அதிகம். ஆகவே இவற்றிற்கு ஆயுளும் அதிகம். ஏதாவது ஒரு மூலையில் தம்மைத் தக்கவைத்துக்கொண்டு கால காலத்திற்கும் ஒளிவிட்டுக் கொண்டிருக்கும் இயல்புடையவை இத்தகைய பாடல்கள்.

குறிப்பு: பத்துப்பாடல்கள் கொண்ட இத்தொகுப்பைப் 'பாய்ச்சலூர்ப் பதிகம்' என்றும் இதனைப் பாடியவர் 'உத்தர நல்லூர் மங்கை' என்னும் பெண் என்றும் தமிழ் இலக்கிய வரலாற்றாசிரியர் மு. அருணாசலம் குறிப்பிட்டு எழுதுகிறார். அவர் திருத்தமான பாடல்களையும் வழங்கியுள்ளார். பாய்ச்சலூர் கிராமத்தார், பார்ப்பன ஆணும் ஆடு மேய்க்கும் பறைப் பெண்ணும் மணம் செய்துகொள்வதற்கு எதிர்ப்புத் தெரிவித்தபோது அவர்களை நோக்கி அப்பெண் கேட்பதாக அமைந்தது இப்பதிகம் என்பது அவர் கருத்து. தொடர்ந்து மக்கள் வழக்கில் இப்பாடல்கள் இருந்துவந்துள்ளன என்பதற்குச் சான்றே இதற்குப் பாடங்கள் பல கிடைப்பதாகும்.

குறிப்பு: பதிகம் முழுவதையும் பின்னிணைப்பில் காண்க.

○○○

12

மோரென்று பேர்படைத்தாய்

மிதிவண்டியின் தெளிவான மணியொலி யோடு அந்த விளம்பரம் தொடங்குகிறது. தொடர்ந்து 'அம்மா பால்' என்னும் குரல். அதன்பின் அந்த மிதிவண்டிப் பால்காரர் தரும் பாலைப் பற்றிய விமர்சனம் சிறுபாடலாக ஒலிக்கிறது. தூசு குப்பை மிதக்கும் அசுத்தப்பால்; தண்ணீர் கலந்த பால் அது. இப்படிப்பட்ட பால் எங்களுக்கு வேண்டாம் என்று சொல்லிவிட்டு, நாங்கள் வேண்டுவது 'ஆரோக்யா பால்' என்பதைப் பலவிதமாகக் கூறி முடிகிறது.

இந்த விளம்பரம் வானொலியில் ஒலிக்கும் போதெல்லாம் எனக்கு எரிச்சலும் கோபமும் வந்து விடும். நேரடியாகக் கறந்து எடுத்துவரும் பால் அசுத்தப் பாலாம். அவர்களிடமிருந்து வாங்கிப் பாக்கெட்டில் அடைத்து, ஓரிரு நாள் கழித்து விற்பனைக்குக் கொண்டுவரும் ஆரோக்யா பால் சுத்தப்பாலாம். ஆயிரக்கணக்கான பால் உற்பத்தியாளர்கள், விற்பனையாளர்கள் ஆகியோருக்கு எதிராக ஒரு நிறுவனம் செய்யும் வன்முறைதான் இந்த விளம்பரம். நிறுவனமாக உருப்பெற முதலீடும் வாய்ப்பும் உள்ளவர்கள், அங்கங்கே சிதறிக்கிடக்கும் சிறு தொழிலாளர்களைக் குறிவைத்து அழிக்கும் முயற்சி இது.

எல்லாப் பரிமாற்றங்களையும் வணிகமய மாக்கியதோடு நிறுவனமாக்கி வருவாயைக் குறிப்பிட்ட இடங்களில் மட்டும் குவித்துக்கொள்ளும் தொழில் முன்னேற்றக் காலம் இது. அதற்கு வாகாக

எத்தனையோ கருத்துகள் பொதுப்புத்தியில் ஏற்றப்பட்டுவிட்டன. டப்பாக்களில் அடைத்துவைக்கப்பட்ட பவுடர்களும் பாக்கெட்டு களில் நிரப்பப்பட்ட திரவங்களும் சுத்தமானவை; ஆரோக்கிய மானவை என்னும் கருத்து அவற்றில் ஒன்று. குளிர்பதனப் பெட்டியில் வைக்கப்பட்ட பொருள் நல்லது என்பதும்கூட அப்படிப்பட்ட கருத்துதான். குளிர்பதனப்பெட்டி வாங்கிவிட்டால் ‘பழையவற்றைச் சாப்பிடப்போகிறோம்’ என்று அர்த்தம். பாக்கெட் பண்ணப்பட்ட பொருள் நாட்பட்டதாகத்தான் இருந்தாக வேண்டும்.

சில மாதங்களுக்கு முன் செய்தி ஒன்று வந்தது. புழுக்கள் நெளியும் பாக்கெட் பால் பற்றி. ஒரு ஊரில் போடப்பட்ட எல்லாப் பாக்கெட்களிலும் புழுக்கள். பாக்கெட் செய்து எத்தனை நாள் ஆகியிருக்குமோ தெரியவில்லை. கறந்த பாலைச் சில மணி நேரங்களில் பயன்படுத்துவதற்கும் சில நாள்கள் கழித்துப் பயன்படுத்துவதற்கும் உள்ள வித்தியாசம் குறைந்ததல்ல. ஆனால் என்ன செய்ய? அழகாக அச்சிடப்பட்ட படங்கள், வாசகங் களுடன் வழவழப்புத் தாளில் பாக்கெட் இருக்கும்போது அதைத்தானே நம்ப முடியும். பால் கறக்கும்போது ஏதோ சில சமயங்களில் மாட்டின் வால் சுழற்சியின் காரணமாகச் சில தூசுகள் பாத்திரத்தில் வந்து விழலாம். அது பெரிய பாதிப்பில்லை. மாட்டிடமிருந்து கிடைப்பவற்றைப் ‘பஞ்சகவ்யம்’ எனப் புகழ்ந்து பேசுகிறோம். வால் வழியாக வருபவற்றை ஆறாவதாகச் சேர்த்துக் கொண்டால் போயிற்று. சின்ன வடிகட்டி போதும். அந்தத் தூசுகளை நீக்கிவிடலாம். நெளியும் புழுக்களை என்ன செய்வதாம்? புழுப்பால் வாங்கும் பெண்கள்தானே ‘புத்திசாலிகள்.’

மேலும், பாக்கெட் பால் என்பதே உயர் நடுத்தட்டு, மேல்தட்டு மக்களுக்கானதுதான். எல்லாருக்குமானதல்ல. பாலில் தண்ணீர் கலப்பதை மிகப்பெரும் குற்றமாகக் கருதுகிறார்கள். அப்படியொன்றும் பெரிய தவறல்ல. அதுவும் பால் விநியோகம் நடக்கும் முறையைக் கவனத்தில் கொண்டால் இது புரியும். பாக்கெட் பால் ஒரே விலை. நிர்ணயிக்கப்பட்ட, அச்சிடப்பட்ட தொகை. ஆனால் வீடுகளுக்கு நேரடியாகக் கொடுப்பவர் களிடம் அப்படிப்பட்ட விலையில்லை. எல்லாத் தரப்பு மக்களும் வாங்கும் பலதரப்பட்ட விலைகளிலான பால் உண்டு.

பால் விற்பனை எங்கும் குடும்பத்தின் முக்கியத் தொழில். ஆடு, மாடுகளோடு எனக்கு நெருங்கிய தொடர்புண்டு. என் இளமைக்காலம் முழுவதும் இந்தக் கால்நடைகளோடுதான் கழிந்தது. பள்ளி, கல்லூரி நாட்களில் எனக்கு அதிகாலைத் தூக்கமே கிடையாது. குளிர்காலம், பனிக்காலங்களில் விடிகாலையில் இழுத்துப் போர்த்திக்கொண்டு தூங்கிச் சுகிக்கும் இளைஞர்களைக்

கண்டால் எனக்குப் பொறாமையாக இருக்கும். அந்தச் சுகம் எனக்குக் கிடைத்ததேயில்லை. எப்படிப்பட்ட நாளாக இருப்பினும் விடிகாலை நாலரை மணிக்கெல்லாம் எழுந்தாக வேண்டும். பால் பாத்திரங்களோடு வீடுகளை நோக்கி மிதிவண்டியில் ஓட வேண்டும். என்னிடம் பல ரகமான பால் உண்டு. நான்கு ரூபாயிலிருந்து தொடங்கி ஆறு, எட்டு, பத்து என அதிகரித்துக்கொண்டே செல்லும் ரகங்கள். இன்றைக்கு இந்த விலையில் கொஞ்சம் மாற்றம் ஏற்பட்டுள்ளது. அவ்வளவுதான். இவற்றிற்குள் என்ன வித்தியாசம்? தண்ணீர்தான் வித்தியாசம். நான்கு ரூபாய் என்றால் நீரில் பால். பத்து ரூபாய்க்குப் பாலில் நீர். இடைப்பட்டவற்றை நீங்களே ஊகித்துக்கொள்ளலாம். என்னிடம் பால் வாங்குவோரில் அன்றாடக் கூலிகளிலிருந்து மாடி வீட்டுக்காரர்கள்வரை உண்டு.

இந்த நெகிழ்ச்சி பாக்கெட் பாலில் உண்டா? பாலில் நீர் கலக்கவில்லை என்றால் இந்த நெகிழ்வு சாத்தியமா? பாலில் நீரைக் கலப்பது இயல்பான விஷயம் என்பது என் எண்ணம். பாலுக்கும் நீருக்கும் உள்ள தொடர்பு என்றைக்கும் பிரிக்க முடியாது. நீரின்றிப் பாலில்லை. நீரையும் பாலையும் பிரித்தெடுத்துவிடும் தன்மையுடைய அன்னப் பறவை நீடித்து வாழ முடிந்ததா? அரசாங்கம் பாலையும் நீரையும் கலப்படம் செய்யக் கூடாது என்று சட்டம் போட்டிருக்கிறது. அதைக் கண்காணிக்க அரசாங்கம் நியமித்திருக்கும் 'பால் புடிக்கும் இன்ஸ்பெக்டர்கள்' படுத்தும்பாடு கொஞ்ச நஞ்சமல்ல. அவர்களின் தொந்தரவைப் பற்றி 'உண்ணிகள்' என்றொரு சிறுகதை எழுதினேன். என் ஆரம்ப காலக் கதைகளில் ஒன்று அது. இந்தக் கதை இந்தி, மலையாளம் ஆகியவற்றில் மொழிபெயர்க்கப்பட்டது. ஒருவேளை அங்கும் இந்தப் பால் பிடிக்கும் இன்ஸ்பெக்டர்களின் தொந்தரவு உண்டு போலும்.

இன்றுகூட எந்தச் சந்தர்ப்பத்திலும் வெறும் பாலை மட்டும் பயன்படுத்தும் வழக்கம் என்னிடம் இல்லை. எப்படியாவது என் கை கொஞ்சம் நீரைக் கலந்துவிடும். அதற்குக் காரணம், பால் விற்பனைக்காரனாக இருந்தது மட்டுமல்ல. பாலைப் பற்றிப் பல விஷயங்கள் தெரிந்திருப்பதும்தான். உண்மைதான். நம்புங்கள். நீர் கலந்த பாலைக் குடித்தால் எளிதில் ஜீரணமாகிவிடும். அதுவும் சிறுகுழந்தைகளுக்கு நீர் கலக்காத பாலைக் கொடுக்கவே கூடாது. எருமைப்பாலாக இருந்தால் பாதிக்குப் பாதி நீர் கலப்பதுதான் நல்லது. இந்தப் பால் – நீர் சம்பந்தமாக எனக்கு எத்தனையோ பிரச்சினைகள் ஏற்பட்டிருக்கின்றன. நான் அவற்றை வன்மையாக எதிர்கொள்வேன். அதில் தயவு தாட்சண்யமே கிடையாது.

எங்கள் ஊரிலிருந்து ஐந்து கிலோ மீட்டர் தொலைவிலுள்ள நகரத்தில் ஒரு வீட்டுக்குத் தினமும் காலையில் பால் கொடுக்க

நேர்ந்தது. ஐந்து கிலோ மீட்டர் தூரமும் மிதிவண்டியில் போய் வருவேன். அவ்வளவு தூரம் போவதில் எனக்குப் பிரியமில்லை. ஆனால் என் அப்பா மூலமாகக் கிடைத்த வீடு அது. அப்பாவுக்கு வேண்டியவர். அத்தோடு அந்தச் சமயத்தில் புதுமாடு வாங்கி வந்திருந்ததால், பால் மிகுந்திருந்தது. அதிகம் போக்குவரத்து இல்லாத அதிகாலை நேரத்தில் சாலை மிகவும் அழகாக இருக்கும். மரங்கள்தோறும் காக்கைகள் இரைச்சலிடும். சந்தோஷ மான பயணம்தான். ஆனால் அந்த வீட்டுக்கார அம்மாவின் தொந்தரவு தாளவில்லை. தினமும் ஐந்து நிமிடம் பால் தண்ணீராக இருக்கிறது என்று குறை சொல்லி அதட்டும். நான் சின்னப் பையனாக இருந்தது ஒரு காரணம். அப்புறம், இது மாதிரி வீடு தேடிவந்து விற்பனை செய்பவர்கள் அதட்டப்பட வேண்டியவர்கள் என்னும் மனோபாவம்.

நானும் ஓரிருநாள் சமாதானம் சொன்னேன். பாலில் தண்ணீரே கிடையாது என்று சாதித்தேன். உண்மையிலேயே பாத்திரத்தை அலசி ஊற்றும் நீரைத் தவிர வேறு நீர் எதுவும் கலக்காமல்தான் என் அம்மாவும் பால் தந்தார். ஆனால் அந்த அம்மாவின் ரோதனை சகிக்க முடியவில்லை. தான் ஏனோ வீணாகப் பணத்தைச் செலவு செய்வது போன்ற பாவனையில் பால் மீது ஏகப்பட்ட குறைகளைச் சொல்லியது. பால் பாத்திரத்தைக் கவிழ்த்துக் காட்டி ‘பாரு எப்பிடிச் சீக்கிரமா வடியுது பாரு’ என்றது. நான்கைந்து நாள் கழிந்திருக்கும். எனக்கு அதன் மனோபாவம் புரிந்தது. தினந்தோறும் குறை சொல்லிக்கொண்டே இருந்தால்தான் நல்ல பாலாகத் தருவார்கள் என்னும் எண்ணம். ஐந்தாவது நாள், அவர் சொல்லும் குறைகள் எல்லாவற்றையும் பொறுமையாகக் கேட்டுக்கொண்டிருந்தேன். கடைசியாகச் சொன்னேன் – ‘நாங்க மாட்ட வித்துட்டம். நாளையில இருந்து வேறெடத்துல பால் வாங்கிக்கங்க.’ அந்த அம்மா அதிர்ந்துபோய் ‘தம்பி தம்பி’ என்றது. எதுவும் பேசாமல் மிதிவண்டியை எடுத்தேன். நான் சொல்வது பொய் என்பது அந்த அம்மாவுக்கும் தெரிந்திருந்தது. அதன் சமாதானம் எதையும் கேட்காமல் என் பாட்டுக்கு வந்துட்டேன்.

அதேபோல் இன்னொரு முறை என் நண்பன் ஒருவன் தான் வைத்திருந்த தேநீர்க்கடைக்குப் பால் கேட்டான். காலையிலும் மாலையிலும் ஒவ்வொரு படி கொடுக்கலானேன். விடிகாலை நான்கு மணிக்கெல்லாம் பால், கடைக்குப் போய்விட வேண்டும். முதல் குவளைத் தேநீரே நான் கொண்டுசெல்லும் பாலில்தான். அந்நேரத்திற்கு நண்பனுடைய அப்பாதான் கடையில் இருப்பார். பாலில் நீர் கலக்கப்பட்டிருக்கிறதா என்பதை அவர் கண்டு பிடிக்கும் விதமே அலாதி. பாலுக்குள் ஆள்காட்டி விரலை விடுவார். சட்டென்று வெளியே எடுத்துப் பிசுக்குப் பிடித்த

கல்லாப் பெட்டி மேஜையின் மீது வைப்பார். ஒரு சொட்டுப் பால் விரலிலிருந்து நழுவும். அந்தச் சொட்டு, பொட்டுப்போல ஆடாமல் அசையாமல் நிற்க வேண்டும். நின்றால் நீர் கலக்காத நல்ல பால். சற்றே அசைவது, ஒரு புறமாகச் சாய்வது, கோடுபோல வழிந்து செல்வது என்னும் அளவுகோலின்படி பாலில் எவ்வளவு நீர் கலந்திருக்கிறது என்பதை அவர் கண்டுபிடிப்பார்.

நான் கொண்டுசென்றது இளங்கன்று எருமைப்பால். அவர் மேஜையின்மேல் வைத்ததும் பால் புதிய தடம் போட்டுக்கொண்டு ஓடும். அவ்வளவுதான். அவருடைய அர்ச்சனை ஆரம்பித்துவிடும். விடிகாலை நான்கு மணிக்கு – ஒரு நாளின் அற்புதமான தொடக்க வேளையில் –யாரோ ஒரு கிழட்டுச் சனியனிடம் திட்டு வாங்குவதன் கொடுமையை என்னவென்று சொல்வது? நாள் முழுக்க அவனே என்னை ஆக்கிரமித்துக் கொண்டிருப்பான். ஒரு வாரத்துக்கு மேல் கொடுமையைத் தாங்க முடியவில்லை. பகலில், நண்பன் மட்டுமே இருக்கும் நேரத்தில் கடைக்குச் சென்று அவனிடம் இந்தத் தொந்தரவைச் சொன்னேன். நண்பன், அவன் அப்பாவைப் பற்றிப் புகழ ஆரம்பித்துவிட்டான். பால் பற்றிய சகல விஷயங்களும் அவருக்குத் தெரியுமாம். எந்த அளவு தண்ணீர் கலந்திருக்கிறது என்பதைத் துல்லியமாகச் சொல்லிவிடுவாராம். கிட்டத்தட்ட அந்தக்கால அன்னப் பறவையே அவனுடைய அப்பாவாக வடிவெடுத்து வந்துவிட்டது என்பதுபோல விவரித்தான். ஒரு படி பாலைக் குறைந்தது ஐந்து படியாக்கித் தேநீர் போடும் அவனுக்கு எங்கள் மீது என்னவொரு இளக்காரம்.

நான் சொன்னேன் – 'உங்களுக்கு இனிப் பால் கொடுக்க முடியாது. நீங்க நெனைக்கிற மாதிரி பால் வேணும்னா நீயும் உங்கொப்பனும் மாறி மாறிக் கைமுட்டி அடிச்சி எடுங்க. அது வேண்ணா பொட்டு மாதிரி நிற்கும்.

பால் பற்றிய பிரச்சினைகளில் எப்போதும் பால் உற்பத்தியாளர்கள் நோக்கிலிருந்துதான் என்னால் சிந்திக்க முடியாது. அதற்கான நியாயங்கள் எவ்வளவோ என்னிடம் இருக்கின்றன. பால் தொடர்பான பாடல்கள் ஒவ்வொன்றின் மீதும் எனக்குத் தீர்மானமான கருத்துகள் உண்டு. நம்முடைய அனுபவத்தோடு முரண்பட்டாலும் சரி, உடன்பட்டாலும் சரி அந்தப் பாடலின் மீது ஒரு ஈர்ப்பு ஏற்பட்டுவிடும் என்பது நிதர்சனம். அதுவும் முரண்பாட்டின் மீதென்றால் கூடுதல் கவர்ச்சி. அது எப்போதும் நினைவிலாடி எரிச்சலை உண்டாக்கும். அதற்கு எதிரான தர்க்கங்களை மனத்தில் உருவாக்கும். எதிர்மறைக்கு இருக்கும் முக்கியத்துவமே தனிதான்.

பெருமாள்முருகன்

பால் தொடர்பான என் அனுபவங்களை நினைவுக்குக் கொண்டுவருவதுடன் எதிர்த்துப் பேசவும் என்னைத் தூண்டும் ஒரு பாடல் காளமேகப் புலவருடையது. ஆனால் அவர் பாடியது பாலைப் பற்றியல்ல; மோரைப் பற்றி.

○

காளமேகம் நாடோடி. அரசர்களையும் ஜமீன்தார்களையும் வள்ளல்களையும் பாடியதை விடவும் சாதாரண மக்களைப் பற்றியே நிறையப் பாடியிருக்கிறார். புலவருக்குச் சமூகத்தில் இருந்த மதிப்பையும் வரவேற்பையும் காளமேகத்தின் பாடல்கள் வழி அறிய முடிகிறது. அவருடைய தேவைகள் வெகு குறைச்சல். பொன் பொருளைத் தேடிச் சேர்த்து வைத்து, அடுத்த தலைமுறையைச் சோம்பேறியாக்கும் ஆளல்ல அவர். அன்றாடச் சாப்பாடு தடையில்லாமல் கிடைத்தால் போதும். காளமேகத்தின் பாடல்களில் மட்டுமல்ல, ஔவையார் உள்ளிட்ட தனிப்பாடல் பாடிய புலவர்கள் எல்லாருடைய பாடல்களிலும் உணவைப் பற்றிய குறிப்புகள் ஏராளம் உண்டு. வயிறார ஒருவேளை உணவு போட்டவர்கள் பாடல் பெற்றவர்கள் ஆகிவிடுகிறார்கள். ஒன்று சாதாரணமாகக் கிடைக்கும்போது அதன் அருமை தெரிவதில்லை; அதனைப் பற்றிய நினைவும் இருப்பதில்லை. கிடைப்பது அரிது என்னும்போது சதா காலமும் அதே நினைவில் இருப்பது இயல்பு. காளமேகம் உணவுக்காகப் பாடிய பாடல்கள் கணிசம்.

அன்பாகப் பேசி உணவு பரிமாறிய ‘குப்பச்சி ஆயி குணம்’ பற்றிப் புகழ்ந்து பாடியுள்ளார். ‘நெல்லிக்காய் திருடிய நீலிகாள்’ என்றும் ‘பண்டம் குறைய விற்ற பாவிகாள்’ என்றும் திட்டிப் பாடுகிறார். நல்ல காய்கறிகளை எல்லாம் சமைத்து, உப்பை அதிகம் போட்டு வீணாக்கிவிட்ட அத்தை மகளை ‘உப்புக்காண் சீச்சி உமி’ என்று வெறுக்கிறார். வடுமாங்காயை ஊறுகாய் ஆகாமல் யாருக்காகக் காய்த்தாய் என்று கேட்கிறார். கல்லுடன் சோறும் காய்ச்சாப் புளியும் இலையில் இட்டு குழம்பு என்ற பெயரில் காவேரி ஆற்றைச் சாய்த்த பெண்ணாகிய ‘ஆய்ச்சாளை யான் மறவேன்’ என்று நகையோடு கூறுகிறார். கடவுள்களுடைய உணவுகளைப் பற்றியும் பட்டியலிடுகிறார். உணவு கொடுக்காத ஊர், கோயில், மக்கள் என அவர் திட்டிப் பாடுவதுண்டு. இப்படி உண்டக்கட்டிச் சோறு கிடைத்தால் போதும் என்று திரிந்த அந்தப் பார்ப்பானுக்குக் குசும்பு மட்டும் குறையவே இல்லை.

கோடைக்காலம். எங்கெங்கோ வெயிலில் அலைந்து திரிந்த காளமேகத்திற்குத் தாகம். வெயிலில் பால், தயிர், மோர் விற்பனை செய்யும் ஆய்ச்சியர்கள் பல கல் தொலைவைக் கடந்து வெகுதூரம்

சென்று விற்று வருவதுண்டு. அவர்களுடைய பகற்பொழுது நடையிலும் விற்பனையிலும் கழிந்துபோகும். கூடை ஒன்றைத் தலையில் சுமந்துகொண்டு வேர்வை படிந்த முகத்தோடு ஏதோ ஒற்றையடிப் பாதையில் நடந்துசெல்லும் ஆய்ச்சிப் பெண்ணின் கலையாச் சித்திரம் எப்போதும் என்னுள் இருக்கிறது. அப்படிப்பட்ட ஆய்ச்சியர்களை நடைவழியில் பெரும்பாலும் சந்திக்கலாம். அவர்கள் விற்றதுபோக மீதமிருக்கும் மோரை வழிப்போக்கர்களுக்குத் தருவர். பணம் பெற்றுக்கொண்டோ பெறாமலோ. காளமேகம் தாகத்தில் தவித்து ஒதுங்கிக்கிடக்கும் அந்தப் பக்கமாக ஆய்ச்சி ஒருத்தி மோர்க்கூடையோடு வருகிறாள். வாங்கிக் கடகடவென்று குடிக்கும்வரை அவருக்கு எதுவும் தெரியவில்லை. குடித்து முடித்ததும் தெம்பு வந்துவிட்டது? குளுகுளு வென்று வயிற்றுக்குள் இறங்கும் மோர் தரும் உற்சாகத்திற்கு இணை எது?

இந்தப் புலவனிடம் காசு எதுவும் கிடைக்காதென்று அந்த ஆய்ச்சிக்குத் தெரிந்திருக்கின்றது. பணம் தராவிட்டாலும் போகிறது; புகழ் மொழிகளையாவது பெற வேண்டும் என்று தோன்றுகிறது. நம்முடைய பொருளைப் பற்றி மற்றவர்கள் புகழ்ந்து பேசும்போது கிடைக்கும் சந்தோஷம் முக்கியம். ஆனால் தெம்பு கூடியவுடன் காளமேகத்துக்கு மோரின் தரம் பற்றிய எண்ணங்கள் தோன்றிவிடுகின்றன. நீர் மிகுதியாகக் கலந்திருக்கக்கூடிய மோர். இந்த ஆய்ச்சி மட்டுமா உலகத்திலுள்ள எல்லா ஆய்ச்சிகளும் ஏகப்பட்ட நீரைக் கலந்துதான் மோரை விற்கிறார்கள். ஆக, இது மோர் அல்ல; நீர்தான். என்ன பெயர் மட்டும் 'மோர்' என்று இருக்கிறது. இப்படித்தான் காளமேகத்திற்குத் தோன்றுகிறது.

வானத்தில் இருக்கும்போது இதன் பெயர் 'கார்' (அதாவது மேகம்). மழையாக இந்தப் பூமியில் வந்தபின் இதன் பெயர் 'நீர்.' பின் ஆய்ச்சியர் கைக்கு வந்து சேர்ந்ததும் மூன்றாவதாக 'மோர்' எனப் பெயர் பெறுகிறது. ஆக மூன்று பெயர்களைப் பெற்று விடுகிறது இந்த நீர். 'முப்பேர்' என்பது சாதாரணமா? இப்படி ஒரு பொருளில் பாடுகிறார் காளமேகம். ஆய்ச்சியரைப் பற்றிக் குறிப்பிடும்போது 'வாரொன்று மென்முலையார் – மார்க்கச்சு பொருந்தும்படி கச்சிதமாக அமைந்த முலை கொண்ட ஆய்ச்சியர்' என வருணிக்கிறார். காளமேகத்தின் கிண்டல் ரசமாகத்தான் இருக்கிறது. ஆனால் அவருக்கு மோரைப் பற்றி ஒன்றும் தெரிய வில்லை.

மோர் என்பது உணவா? உணவுக்குப் பயன்படும் பக்கப் பொருளா? இரண்டும் இல்லை. நீர் குறைவாகச் சேர்க்கப்பட்ட, கெட்டியான மோரைக் குடித்தால் வயிறு தொம்மென்று ஆகிவிடும்.

நல்ல, நிறைவான உணவைச் சாப்பிட்டதுபோல. அப்படி மோரைப் பயன்படுத்தக் கூடாது. அதேபோலச் சோற்றோடு பிசைந்துண்ண தயிரைப் பயன்படுத்தலாம். மோரைச் சேர்த்தால் சோறே ஒட்டாது. பழைய சோறு, களி, கம்பு ஆகியவற்றில் மோர் சேர்க்கலாம். சுவை கூடும். மோர் என்பது தாகத்தைத் தணிக்கும் பானம். உடனடியாக உடலுக்குத் தெம்பை ஏற்படுத்தும் பானம். நீர் நான்கைந்து குவளை பருகுவதற்குப் பதிலாக ஒரு குவளை மோர் பருகினால் போதும்; தாகம் தணிந்துவிடும். மோரின் பயன்பாடு இப்படிப்பட்டதுதான். மோரில் சிறந்த மோர் எது தெரியுமா? நீர்மோர். நீரை அதிகம் சேர்க்கச் சேர்க்க அதன் தாகம் தணிக்கும் பண்பு கூடும். கெட்டியாக மோரைப் பருக நினைப்பவர்கள், தயிருக்குப் போய்விடலாம். ஆக, ஆய்ச்சி காளமேகத்திற்குக் கொடுத்த மோர் – நீர்மோர். நீர்மோரின் இயல்பு தெரியாமல் காளமேகத்திற்குக் கிண்டல் வேறு. எப்படியோ சொற்கள் அழகாகப் பொருந்தப் பாடலொன்று காளமேகத்திடமிருந்து கிடைத்துவிட்டது. பாடல்:

> காரென்று பேர்படைத்தாய் ககனத் துறும்போது
> நீரென்று பேர்படைத்தாய் நெடுந்தரையில் வந்ததற்பின்
> வாரொன்று மென்முலையார் ஆய்ச்சியர்கை வந்ததற்பின்
> மோரென்று பேர்படைத்தாய் முப்பேரும் பெற்றாயே.

அந்த ஆய்ச்சி இந்தக் கிண்டலை ரசித்துச் சிரித்தாளோ என்னவோ. எனக்குக் காளமேகத்தின் மேல் கோபமாகத்தான் இருக்கிறது. கிண்டல் எப்போதும் எல்லாருக்கும் கிண்டலாக இருப்பதில்லை. பாதிக்கப்படுபவர்களுக்குத் தானே அந்த வலி தெரியும்.

ooo

13

துன்பத்தின் அடுக்கு

என் மனம் சஞ்சலமாக இருக்கும்போது நான் எடுத்து வாசிக்கிற நூல்களில் ஒன்று 'தனிப் பாடல் திரட்டு.' அதற்குள் பெரிய உலகம் புதை யுண்டு கிடக்கிறது. பல்வேறு சம்பவங்கள், இடங்கள், மனிதர்கள் என விரியும் அவ்வுலகில் சந்தோசமாக சஞ்சாரம் செய்யலாம். பலரது வாழ்வை ஒருசேர வாழ்ந்த அனுபவத்தோடு வெளிவரலாம். அப்படி அதற்குள் உலவும் போது பலதரப்பட்ட பாடல்களைக் காண நேரும். வாசிக்கும் பல பாடல்கள் அந்தக் கணத்தோடு மறந்துபோகும். மறுபடி எப்போதாவது அப்பாடல் கண்ணில் பட்டால் மட்டும் அதன் சுவை நினைவுக்கு வரும். சில பாடல்கள் சுவை ஒன்றுமின்றிச் சமத்காரம் கொண்டவையாக இருக்கும். சிலவற்றின் பின்னணிச் சம்பவம் ஈர்க்கும். ஆனால் ஒன்றிரண்டு பாடல்கள் நம்மை அறியாமலே நம் ஆழ்மனதிற்குள் சென்று உட்கார்ந்துகொண்டு எப்போது வெளிவரலாம் எனச் சமயம் பார்த்திருக் கும். அப்பாடல் வெளிப்படும் சந்தர்ப்பம் அபூர்வ மானதாக அமையும். அப்படிப்பட்ட பாடல்களும் தனிப்பாடல் திரட்டில் உண்டு.

பெரும்பாலும் ஒரு கவிதை நமக்கு மிக நெருக்கமாக அர்த்தமாவது அக்கவிதை உட்கொண் டிருப்பதற்கு ஒத்த அனுபவம் நம் வாழ்விலும் நேரும்போதுதான். அத்தகைய சந்தர்ப்பத்திலேயே அது கவிதை என்பதை உணர வாய்ப்பதும் உண்டு. அவ்விதம் எனக்கு நெருக்கமான பழந்தமிழ்க் கவிதைகள் பல. தனிப்பாடல் திரட்டில் இராமச்சந்திர கவிராயர் என்னும் புலவர் ஒருவரின் பாடல்கள் உள்ளன. பதினெட்டாம் நூற்றாண்டின் இறுதியிலும்

பத்தொன்பதாம் நூற்றாண்டின் தொடக்கத்திலும் அவர் வாழ்ந் திருக்கக்கூடும். திருக்குறளைப் பதிப்பித்த ஆங்கிலேயரான எல்லீஸ்க்குத் தமிழ் கற்றுக் கொடுத்தவர் அவர் என்று கருதப்படு கிறது. இரண்டு நூற்றாண்டுகளுக்கு முன் வாழ்ந்த அவரைப் பற்றி வேறு தகவல்கள் இல்லை என்பதுதான் நம் சூழலின் அவலம். அவர் எழுதியவற்றுள் இப்போது கிடைப்பவை இருபத்தைந்து பாடல்கள். அவற்றின் வடிவம் காரணமாகச் சட்டெனக் கவனம் பெறத்தக்க தனித்தன்மை கொண்டவை அவை.

தமிழ் மரபில் பலவகையான செய்யுள் வடிவங்கள் கையாளப் பட்டுள்ளன. பெருங்காப்பியங்களில் கையாளப்பட்ட வடிவம் விருத்தப்பா என்பது. சிலப்பதிகாரத்தில் சிறிய அளவில் தொடங்கிய விருத்தப்பா பின்னர் பெருங்கிளைகள் விரித்து விருட்சமாக வளர்ந்திருப்பதைச் சீவகசிந்தாமணி, கம்பராமாயணம் எனப் பல காப்பியங்களில் காணலாம். கலிவிருத்தமும் ஆசிரிய விருத்தமும் அதிகம் பயன்பட்டவை. ஆசிரிய விருத்தத்தில் பல வகை உண்டு. ஓர் அடியில் உள்ள சீர்களின் எண்ணிக்கையை அடிப்படை யாகக் கொண்டு பெயர்கள் வழங்கும். ஆறு சீர்களில் தொடங்கி எத்தனை சீர்கள்வரை வேண்டுமென்றாலும் பாடலாம். அறுசீர்க் கழிநெடிலடி ஆசிரிய விருத்தம், எழுசீர்க் கழிநெடிலடி ஆசிரிய விருத்தம், எண்சீர்க்கழிநெடிலடி ஆசிரிய விருத்தம் என இதன் வகை விரியும். முப்பத்திரண்டு சீர்க் கழிநெடிலடி ஆசிரிய விருத்தம் வரை இருப்பதாகச் சொல்கிறார்கள்.

ஆனால் அறுசீர், எழுசீர், எண்சீர் ஆகிய வகைகள் மிகுதியும் கையாளப்பட்டவை. இவற்றிலும் எண்சீர் விருத்தத்தைப் பயன் படுத்துவது அரிது. கம்பராமாயணத்திலேயே பத்தாயிரம் பாடல் களில் ஆறே ஆறு எண்சீர் விருத்தங்களே உள்ளன. 'விருத்த மெனும் ஒண்பாவிற்கு உயர் கம்பன்' என்று போற்றப்படும் கம்பர் எண்சீர் விருத்தத்தை மிகக் குறைவாகவே இயற்றியுள்ளார். விருத்தப்பாவின் பல்வேறு சந்தங்களை இயல்பாகப் பயன்படுத்தியுள்ள கம்பருக்கு எண்சீர் விருத்தத்தின் தேவை குறைவாக இருந்திருக்கலாம். இடத்திற்கு ஏற்பவும் தேவைக்கு ஏற்பவும் விருத்தப்பாவின் வகைகளைக் கையாள்வதில் சமர்த்தர் கம்பர்.

இருபதாம் நூற்றாண்டில் எண்சீர் விருத்தம் பாடுவதில் பாரதிதாசனை மிகச் சிறப்பானவராகக் கருதுகின்றனர். 'தன்பெண்டு தன்பிள்ளை சோறு வீடு சம்பாத்தியம் இவையுண்டு தானுண் டென்போன்' என்று தொடங்கும் பாடல் எண்சீர் விருத்தம். இதுபோல அவர் பாடல்களில் பல உண்டு. இந்த எண்சீர் விருத்தத்தை இடைக்காலத்தில் மிகச் சிறப்பாகவும் பொருத்த மாகவும் பயன்படுத்திய புலவர்தான் இராமச்சந்திர கவிராயர். அவர் எழுதியனவாக இப்போது கிடைக்கும் இருபத்தைந்து பாடல்களுள் பதின்மூன்று எண்சீர் விருத்தங்கள். இவ்வகையைப்

பயன்படுத்துவதில் அவருக்கு இருந்த தேர்ச்சியும் விருப்பமும் அதிகம் எனத் தெரிகிறது. பதின்மூன்று விருத்தங்களும் நல்ல சந்த நயத்தோடு கவிச்சுவை சொட்டப் பாடப்பட்டவை. விஸ்தாரமான புலம்பலுக்கு எண்சீர் விருத்தம் நன்கு உதவும். அக்காலப் புலவர்களுடைய மாபெரும் பிரச்சினை கவிதை உணர்வும் கவிஞரைப் பற்றிய அறிவும் இன்றி இழிவுபடுத்தும் செல்வர்கள் தான். அத்தகையோர் பலரைச் சந்தித்து மனம் புண்பட்டும் நொந்தும் புலம்பி இராமச்சந்திர கவிராயர் பாடியுள்ளார்.

கல்லாத ஒருவனைநான் கற்றாய் என்றேன்
காடெறியும் மறவனைநா டாள்வாய் என்றேன்
பொல்லாத ஒருவனைநான் நல்லாய் என்றேன்
போர்முகத்தை அறியானைப் புலியே றென்றேன்
மல்லாரும் புயமென்றேன் சூம்பல் தோளை
வழங்காத கையனைநான் வள்ளல் என்றேன்
இல்லாத சொன்னேனுக் கில்லை யென்றேன்
யானுமென்றன் குற்றத்தால் ஏகின் றேனே.

வயிற்றுப் பிழைப்புக்காக என்னென்ன செய்ய வேண்டி யிருக்கிறது என்று பட்டியலிட்டுப் புலம்புகின்றார். பதினைந்தாம் நூற்றாண்டுக்குப் பின் வந்த புலவர்களின் வாழ்க்கை மிகவும் அவலமானது. கவிதை பற்றிய உணர்வற்ற குறுநில மன்னர்கள், ஜமீன்தார்கள், செல்வர்கள் ஆகியோரிடம் சென்று அவர்களைப் பலபடப் புகழ்ந்து பாடி யாசகம் பெற்று வாழ வேண்டிய நிலைமை இருந்ததை அக்காலத்துத் தனிப் பாடல்கள் தெரிவிக்கின்றன. இரட்டைப் புலவர்கள், அவ்வையார் உள்ளிட்ட பலரது தனிப் பாடல்களில் இதனைக் காணலாம். இராமச்சந்திர கவிராயரின் மேலே கண்ட பாடலும் அப்படிப்பட்டது.

கல்வி என்றால் இன்னதென்றே தெரியாத ஒருவனைக் கல்விக் கடல் என்றும் காட்டிலே திரிந்துகொண்டிருக்கும் ஒருவனைப் பெரிய ராச்சியத்தை ஆள்பவன் என்றும் பொல்லாத குணங்கள் கொண்ட ஒருவனை மிக நல்லவன் என்றும போர் என்றால் என்னவென்றே அறியாதவனைப் போரில் புலி போன்றவன் என்றும் சூம்பிய தோள்கள் கொண்ட நோஞ்சானை மற்போர் புரிவதற்கேற்ற தோள்கள் உடையவன் என்றும் கருமியை வள்ளல் என்றும் புகழ்ந்து பாடினாராம். அப்படி எல்லாம் பாடியும் ஒன்றும் கிடைக்கவில்லை. அதனால் தன் புலம்பலையே சமாதானமாக மாற்றிக்கொள்கிறார். இல்லாத இயல்புகளை எல்லாம் இருப்ப தாகச் சொல்லிப் பாடினேன். ஆயினும் அவன் இல்லை என்று சொல்லி அனுப்பிவிட்டான். அவன் செய்தது சரிதான். இல்லாத குணங்களை இருப்பதாகப் பாடியது என் குற்றம்தானே என்கிறார்.

சிவபெருமானிடம் சென்று தன் துயரத்தைப் புலம்பினால் சிவன் எத்தகைய எதிர்வினை தந்தார் என்பதைப் பற்றியும் ஒரு

பாடல் உண்டு. கண்ணதாசனைப் பாதித்த கவிஞர்களில் அவர் முக்கியமானவர். ‘அத்தான் என்னத்தான் அவர் என்னைத்தான்’ என்று பி. சுசீலா பாடும் அருமையான அந்தப் பாடலைக் கண்ணதாசன் எழுதக் காரணம் இராமச்சந்திர கவிராயரின் செல்வாக்கு. ‘கல்லைத்தான் மண்ணைத்தான் காய்ச்சித்தான் குடிக்கத்தான் கற்பித்தானா’ என்று அவர் எழுதியுள்ள விருத்தம் ஒன்றால் கவரப்பட்டு அந்த உத்தியை அப்படியே கண்ணதாசன் எடுத்துக் கையாண்டார். ‘கள்ளிக்கேன் முள்ளில் வேலி’ என்று எழுதியுள்ள கவிராயரின் வரியும் கண்ணதாசனின் திரைப்படப் பாடல் ஒன்றில் இடம்பெறும்.

சுவாரஸ்யம் கருதி அவ்வப்போது அவருடைய பாடல்களை நான் படிப்பதுண்டு. பெரிய கவிதை என்று எதையும் கருதிய தில்லை. ஆனால் அப்படி ஒன்றை உணரும் சந்தர்ப்பம் வாய்த்தது. இளம் வயது முதல் நான் அனுபவித்த துயரங்கள் என்று பெரிய பட்டியலைத் தர முடியும். துயரங்கள்தான் நினைவில் பசுமை யாகத் தங்குகின்றன. நல்ல உணவை இழந்த பால்யம் எனது. பயிலும் காலத்தில் புறத்தேவைகளுக்குப் பெரிதும் அல்லல்பட வேண்டியிருந்தது. என் அம்மாவின் இரத்தத்தை உறிஞ்சிப் படித்த குற்றவுணர்ச்சி இன்னும் எனக்குள் இருக்கிறது. எல்லாரையும் போல இருக்க முடியவில்லை என்னும் ஏக்கம் என் இளமைக்காலம் முழுவதும் தொடர்ந்து கொண்டிருந்தது. எல்லாரையும் போல இருக்க வேண்டியதில்லை என்னும் உணர்வைப் பின்னாளில் பெற்றேன் எனினும் இளமையின் மீது படிந்த ஏக்கம் நிரந்தரமாகவே தங்கிவிட்டது. எனக்குப் பிரியமான மனிதர்களை அடுத்தடுத்து இழந்தேன். இழப்பின் வலியைவிட எனக்குள் உருவான வெறுமையை இன்றுவரை நிரப்ப முடியவில்லை. ஆனால் இந்தத் துயரங்கள் ஒரே சந்தர்ப்பத்தில் நேர்ந்தவையல்ல. எனவே இவற்றை எளிதாகக் கடந்து வந்தேன் என்று சொல்லலாம்.

2004ஆம் ஆண்டு ஜூலை மாதத்தை என் வாழ்வில் துயரத்தின் குறியீடாகக் கொண்டிருக்கிறேன். அரசு ஊழியர் வேலைநிறுத்தம் நடைபெற்று லட்சக்கணக்கான பேரை ஒரே ஆணையில் பணிநீக்கம் செய்த நிகழ்வு நடைபெற்ற மாதம் அது. அரசுப் பணியில் சேர்ந்த காலத்திலிருந்து எல்லாப் போராட்டங்களிலும் பங்கெடுத்தவன் நான். ஜூலை போராட்டத்திலும் பங்கேற்றுப் பணிநீக்கம் செய்யப்பட்டவர்களில் ஒருவனானேன். அம்மாதம் முழுவதுமான தினசரி நடவடிக்கைகள் குறித்து என்னால் விரிவாகப் பதிவு செய்ய முடியும். தொழிற்சங்க நடவடிக்கைகள், ஊழியர் மனோபாவங்கள், அரசின் நிலைப்பாடுகள், பொதுமன வெளிப்பாடுகள் எனப் பலவற்றைப் பற்றி என்னால் பேச முடியும். அதுவல்ல பிரச்சினை.

அந்தப் பணிநீக்கத்தால் முதல் சில நாட்கள் எனக்கும் மனப் பாதிப்பு இருந்தது. வெகுசீக்கிரம் அதிலிருந்து மீண்டுவிட்டேன்.

அதனால் எதிர்காலம் பற்றிப் பெரிய பயம் தோன்றவில்லை. என் மனைவி பணியில் இருந்தார். என் வேலையே போய்விட்டாலும் குடும்பத் தொழிலாகிய பால் வியாபாரமோ சோடாக்கடையோ காப்பாற்றிவிடும் எனத் தைரியம் வந்தது. எனினும் அந்தப் பிரச்சினையிலிருந்து மீள முடியவில்லை. அன்றாடம் ஒரு தகவல். ஏராளமான தொலைபேசி அழைப்புகள். பரிமாறல்கள், ஆறுதல்கள், பாதிக்கப்பட்டவர்கள் ஏதாவது ஓரிடத்தில் கூடிப் பேசுதல் என அதைத் தவிர யோசிக்க மனதில் எதுவும் இல்லை என்னும் நிலை. தொழிற்சங்கத்தின் முன்னணித் தலைவர்கள் சிலருக்கே ஆறுதல் சொல்ல வேண்டி இருந்தது. இருபது நாட்களுக்கு மேலாக இப்படிப் போயிற்று.

அச்சமயத்தில் என் மகளுக்கு இடக்கண் லேசாகச் சிவந்திருந்தது. சாதாரணப் பிரச்சினை என்று அதை அவ்வளவாகக் கவனிக்காமல் விட்டுவிட்டேன். அப்போது என் மனைவி அரசுப் பணியில் சேர்ந்து கொஞ்ச நாட்களே ஆகியிருந்தன. முதல் பணியிடம் மலைப் பிரதேசமாகிய வால்பாறைக்கு அருகில் சின்கோனா என்னும் இடத்தில். தகுதிகாண் பருவம் முடியாத காரணத்தால் வேலை நிறுத்தத்தில் அவர் பங்கேற்கவில்லை. அவர்களது சங்கம் பங்கேற்பை வலியுறுத்தாத காரணத்தால் பெரும்பாலான பள்ளி ஆசிரியர்கள் பணியில் இருந்தார்கள். வாரத்தில் சனி, ஞாயிறு விடுமுறையில் மட்டுமே ஊருக்கு வருவார். குழந்தைகள் என் பொறுப்பில் இருந்தார்கள். தாயுமானவனாக இருப்பினும் என்னால் தாயாக முடியவில்லை. மகளின் கண் பிரச்சினையைச் சாதாரணமாக எடுத்துக்கொண்டிருந்தேன்.

ஆனால் சில நாட்களிலேயே கண் மிகவும் சிவந்து வலி தாங்க முடியாத அளவுக்கு ஏற்பட்ட பின்தான் எனக்கு அதைப் பற்றிய உணர்வு வந்தது. ஈரோடு மருத்துவமனைக்கு அழைத்துச் சென்றேன். அங்கே கோவை அரவிந்த் மருத்துவமனைக்கு உடனே செல்லச் சொல்லி எழுதிக் கொடுத்துவிட்டார்கள். அங்கிருந்து பேருந்தேறி அரவிந்த் மருத்துவமனைக்குச் சென்றால் மறுநாள் காலையில் சிறு அறுவை சிகிச்சை செய்ய வேண்டும் என்று உடனே உள்நோயாளியாகச் சேர அறிவுறுத்தினார் மருத்துவர். கையில் கொஞ்சம் பணம் மட்டுமே இருந்தது.

மாலை ஐந்து மணிக்கு மருத்துவமனையில் சேர்த்துவிட்டதும் முதலில் வேலை நிறுத்த நிலை என்னவாயிற்று என்று அறிந்து கொள்ள விரும்பினேன். ஆச்சர்யமாக அன்று காலை முதல் யாரிடமும் இதுபற்றிப் பேசியிருக்கவில்லை. அப்போது என்னிடம் செல்பேசி கிடையாது. தொழிற்சங்கத் தலைவர் ஒருவரிடம் தொலைபேசியில் பேசினேன். மறுநாள் காலையில் வந்து பணியில் சேரச் சொல்லி உத்தரவு வந்துவிட்டதாகக் கூறினார். எனக்கு மகிழ்ச்சியில்லை. இன்னும் சிலநாள் நீடித்திருக்கக்கூடாதா என்றே

ஐ 94 ஜ பெருமாள்முருகன்

தோன்றியது. வால்பாறையிலிருந்து புறப்பட்டு மருத்துவமனைக்கு வரச்சொல்லலாம் என்று என் மனைவிக்குத் தொலைபேசி செய்தேன். அங்கிருந்து வந்த செய்தி மேலும் என் மனதைக் கலங்கச் செய்தது. இடைவிடாமல் மழை பொழியும் மலைப்பகுதி வால்பாறை. தென்மேற்குப் பருவமழை, வடகிழக்குப் பருவமழை இரண்டும் அங்கு நன்றாகப் பெய்யும். சமதளமே கிடையாது. நடப்பது என்பது ஏறுவதாகவோ இறங்குவதாகவோதான் இருக்கும். கோயிலுக்குப் போன இடத்தில் வழுக்கிப் படியில் விழுந்து பலத்த அடியுடன் மனைவி படுத்துக் கிடப்பதாகத் தகவல்.

கொஞ்ச நேரம் ஸ்தம்பித்து நின்றுவிட்டேன். என்ன செய்வ தென்று புரியவேயில்லை. மூளை ஓடவில்லை. வேதனையோடு எதிரில் என் மகள் என்னென்னவோ கேட்டுக்கொண்டிருந்தாள். ஒன்றும் எனக்குள் பதியவேயில்லை. அந்தச் சமயத்தில் இராமச்சந்திர கவிராயரின் பாடல் என்னை அறியாமல் மனதிற்குள் ஓடியது. வெறுமனே துயரங்களைப் பட்டியலிடும் பாடலாக இதுநாள்வரை கருதியிருந்த ஒன்று அப்போது அனுபவமாக விரிந்தது. துன்பம் தனியாக வருவதில்லை. ஒரு கூட்டத்தோடுதான் வரும். அடுக்கடுக்காக மனிதனைத் தாக்கினால் அவனால் என்ன செய்ய முடியும்? 'பட்ட காலிலே படும்; கெட்ட குடியே கெடும்' என்னும் பழமொழி அனுபவப் புதையல். அதற்குத்தான் அவர் காட்சி வடிவம் கொடுத்திருந்தார்.

  ஆவீன மழைபொழிய இல்லம் வீழ
  அகத்தடியாள் மெய்நோவ அடிமை சாக
  மாவீரம் போகுதென்று விதைகொண் டோட
  வழியிலே கடன்காரர் மறித்துக் கொள்ளச்
  சாவோலை கொண்டொருவன் எதிரே செல்லத்
  தள்ளவொண்ணா விருந்துவரச் சர்ப்பம் தீண்டக்
  கோவேந்தர் உழுதுண்ட கடமை கேட்கக்
  குருக்களோ தட்சணைகள் கொடுவென் றாரே.

இப்பாடலில் அவர் விவரித்திருக்கும் துன்பங்களைப் பட்டிய லிட வேண்டியதில்லை. ஒன்று இரண்டு மூன்று என எண்களைப் பட்டியலிட்டுக் காளமேகப் புலவர் ஒரு பாடல் எழுதியிருப்பார். அதுபோன்ற பட்டியல் அல்ல. இப்பாடலைத் துன்பத்தின் அடுக்கு என்று நான் புரிந்துகொண்டேன்.

பாடல் தெளிவாக இருக்கிறது. இப்பாடல் என் மனதில் தோன்றும் என்று ஒருபோதும் நான் கருதியதில்லை. ஏதோ ஒரு பட்டியல் எனப் புறந்தள்ளிப் போயிருக்கிறேன். ஆனால் குறிப்பிட்ட சந்தர்ப்பத்தில் அது தன் இருப்பை வெளிப்படுத்திக் கொண்டுவிட்டது. நாம் வைத்திருக்கும் அல்லது கொண்டிருக்கும் கோட்பாட்டு மமதைகளை எல்லாம் தூசியாக்கிவிட்டு ஒரு கவிதை முன்னால் வந்து நிற்கும் தருணம் இது. அந்தக் கவிஞன்

எதற்காக வெறுமனே துன்பங்களைப் பட்டியலிட வேண்டும் என்னும் கேள்வி ஒருபோதும் தோன்றியதில்லை. அக்கேள்வி வந்திருந்தால் அப்பாடலின் உணர்வு பிடிபட்டிருக்கக் கூடும். சுய அனுபவம்தான் அதை உணர்த்த வேண்டும் என்றிருப்பதை நம்மால் மாற்ற முடியுமா?

ஆசையாக வளர்க்கும் பசு கன்று ஈனும் சமயம் என்றால் அதன் உடனிருக்க வேண்டியது மிக அவசியம். பேறுகாலம் துணைகளின் ஆறுதலைத் தேடும் காலம். பேறு நல்லபடியாக நடந்து முடியும்வரை மனதில் இருக்கும் தவிப்பு சாதாரணமல்ல. ஆனால் அது ஒரு விஷயம் மட்டுமா? அந்தச் சமயத்திலேயே மழை பொழிகிறது. மழை பொழிந்தால் பசுவைப் பாதுகாப்பது மிகச் சிரமம். வீட்டின் ஓரத்தில் பசுவை நிறுத்தலாம் என்றால் சுவர் இடிந்து விழுகிறது. இத்தகைய தருணத்தில் துணையிருக்கும் மனைவிக்கோ உடல்நிலை சரியில்லை. வேலையாளை அழைக்க ஆள் அனுப்பினால் அவன் இறந்துவிட்டான் எனத் தகவல் வருகிறது. அந்தச் சமயத்தில் இன்றே விதைத்தாக வேண்டும். நாளைக்கு என்றால் ஈரம் காய்ந்துவிடும் என்று எல்லாரும் விதைக்கப் போய்க்கொண்டிருக்கிறார்கள். நாமும் விதைத்தாக வேண்டும். விதைக்கலாம் என்று போனால் வழியிலே கடன்காரர் மறித்துக்கொண்டு என் கடனை கட்டிவிட்டு விதை என்கிறார். அப்போது உறவினர் ஊரிலே இருந்து சாவுச் செய்தியைக் கொண்டு ஒருவன் வருகிறான். விதை, கடன்காரர், சாவு எனத் தவித்துக்கொண்டிருக்கும்போது கட்டாயம் உபசரித்தே ஆக வேண்டிய விருந்தினர் ஒருவர் வருவது தெரிகிறது. அவரை நோக்கி ஓடும்போது காலில் மிதிபட்ட பாம்பு கடித்துவிடுகிறது. அதற்குக் கட்டுப்போட்டு மருத்துவம் செய்ய முனையும்போது வரி பாக்கியைக் கேட்டு அரசு அலுவலர் வந்து நிற்கிறார். அவருக்குப் பின்னால் குருக்கள் நின்றுகொண்டு எனக்குத் தர வேண்டிய தட்சிணையைக் கொடு என்று கேட்கிறார்.

இத்தனையும் ஒரே சமயத்தில் வந்தால் ஒருவன் என்ன செய்வான்? இயங்குதல் ஒழிந்து கல்லாய் நிற்க வேண்டியதுதான். பாடலாக வாசித்தால் வரும் உணர்வு நிலையை எனது விளக்கம் எட்டியிருப்பதாகச் சொல்ல இயலாது. சொற்செறிவும் அவல ஓலமும் கொண்ட பாடலை ஒருமுறை வாய்விட்டு வாசித்தால் அதன் தொனியைப் பிடிக்கலாம். வெறுமை மனநிலையின் உச்சத்தொனி பாடலுக்குள் இருக்கிறது. எனக்கு நேர்ந்த நெருக்கடியை இப்பாடலில் சொல்லப்பட்டுள்ள நெருக்கடியோடு ஒப்பிட்டால் எனது வெகுகுறைவே. அந்த எண்ணம் தோன்றிய பிறகு அடுத்து என்ன செய்வதென்று யோசிக்கத் தொடங்கினேன்.

ooo

14

விட்டு விடுதலை

பாடத்திட்டம் மூலமாகத்தான் பள்ளியில் எனக்குப் பாரதியார் அறிமுகமானார். அவர் கவிதைகள் சிலவும் படிக்கக் கிடைத்தன. பாடத்திட்ட விளக்கங்கள் அவர் கவிதைகளுக்குரிய தனித்தன்மைகளை எனக்கு உணர்த்தவில்லை. வழக்கமான பாணியில் கேள்வி பதில்களாக அவற்றையும் படித்தேன். பாடத்தில் உள்ள செய்யுள் வடிவங்களின் ஓசையைப் பின்பற்றி அவற்றைப் போலிசெய்து கவிதைகள் எழுதும் பழக்கம் எனக்கிருந்ததால், பாரதியார் கவிதைகளையும் போலி செய்திருக்கிறேன். மற்றபடி, கனல் தெறிக்க விழிகளை விரித்திருக்கும் பாரதியாரைச் சுதந்திரப் போராட்ட வீரர்களில் ஒருவராகக் கருதியிருந்தேன்.

1981ஆம் ஆண்டு பாரதியார் நூற்றாண்டு விழாக் கொண்டாட்டத்தின்போது நடைபெற்ற கவிதைப்போட்டியில், கல்வி மாவட்ட அளவில் இரண்டாம் பரிசு பெற்றேன். அப்போது பதினோராம் வகுப்பு மாணவன் நான். பரிசாகப் 'பாரதியார் கவிதைகள்' நூலைப் பெற்றேன். அப்போதிருந்து இன்றுவரை எனக்கு மிக விருப்பமான நூலாக அது இருந்து வருகிறது. மனம் களிகொள்ளும் நேரத்திலும் சஞ்சலம் மிகுந்து துயர்ப்படும் வேளைகளிலும் எடுத்துக் கைக்கு வரும் ஏதாவது ஒரு பக்கத்தைப் புரட்டி வாசிப்பேன். இந்தப் பக்கம் வேண்டாம், வேறொரு கவிதைக்குப் போகலாம் என்று ஒருபோதும் தோன்றியதில்லை.

அவர் கவிதைகளில் பெரும்பாலும் எனக்குப் பிடித்தவை தாம். ஆனால் ஒவ்வொரு சமயத்திலும் ஏதாவது ஒரு கவிதை மிகவும் பிடித்திருக்கும். 'அந்திப் பொழுது' கவிதையைத் திரும்பத்திரும்ப வாசித்தபடி இருந்தேன் சிலகாலம். 'சின்னஞ்சிறிய குருவி – அது ஜிவ்வென்று விண்ணிடை 'ஊசலிட்டேகும்' என்னும் அடி பெரு வியப்பாகத் தோன்றும். 'ஜிவ்வென்று' என்னும் ஒலிக்குறிப்பும் 'ஊசலிட்டு ஏகும்' என்பதும் குருவி பறப்பதைக் கண்ணால் கண்டு மனத்தினால் உணர்ந்த கவியுள்ளம் உருவாக்கியவை. 'ஜிவ்வென்று' என்பதைப் போலப் பாரதியார் பயன்படுத்தியுள்ள ஒலிக்குறிப்புச் சொற்கள் பலவும் அந்தந்த இடங்களில் கச்சிதமாகப் பொருந்துபவை மட்டுமல்ல, கவித்துவம் ஏறி நின்றிலங்குபவையாக மாற்றம் பெற்றுவிடும். தருமன் திரௌபதியைச் சூதில் வைத்திழந்ததும் கௌரவர் மகிழ்ச்சியைச் சொல்ல ஒலிக்குறிப்புகளைப் பாரதியார் பயன்படுத்துவார். 'தக்குத்தக்கென்றே அவர் குதித்தாடுவார்', 'கக்கக்கென்றே நகைப்பார்' என்பவற்றில் அந்த மகிழ்ச்சி பற்றிய கவிஞரின் பார்வையும் வெளிப்பட்டுவிடுகிறது. நல்ல செயலுக்கான மகிழ்ச்சியல்ல, நல்லவர்கள் கொள்ளும் மகிழ்ச்சியல்ல இது என்பதைத்தான் இவை வெளிப்படுத்துகின்றன. 'தத்தரிகிட தத்தரிகிட தித்தோம்', 'தீம்தரிகிட தீம்தரிகிட', 'சட்டச்சட சட்டச்சடடட்டா' ஆகிய தாள ஒலிக்குறிப்புகள் இடம்பெற்று அவர் கவிதைகளை மேலெடுத்துச் செல்லும் இடங்கள் பல உள்ளன.

'குயில் பாட்டை'க் கொஞ்ச காலம் திரும்பத்திரும்ப வாசித்தபடி இருந்தேன். அதன் வேதாந்தப் பொருள், மேலோட்டப் பொருள் ஆகியவை பற்றி எனக்கு அவ்வளவு ஈடுபாடில்லை. ஓரிடத்திலும் இடறல் இல்லாமல் ஆற்றொழுக்காய் ஓடிக்கொண்டேயிருக்கும் அப்பாடல் வரிகள் மிகுந்த ஈர்ப்புத் தருபவை. அதில் உள்ள சொற்சேர்க்கைகள் எண்ணுந்தோறும் இன்பம் பயப்பவை. மின்னற்சுவை, கவிதைவெறி, நாதக்கனல், மோகனப் பாட்டு, சோதித்திருவிழி, மோனஒளி, இன்பக்களி எனப் பட்டியலிட்டால் நீண்டு செல்லும் சொற்சேர்க்கைகள் பல. பிற பாடல்களிலும் அக்கினிக் குஞ்சு, எரிதழல் என்பன போல ஆங்காங்கே சிதறிக் கிடக்கின்றன. புதிய புதிய சொற்சேர்க்கைகள் சில சமயம் கவிஞர்களைச் சொல் மோகத்திற்குள் கொண்டு தள்ளிவிடும். ஆனால் பாரதியார் கவிதைகளில் அபத்தமான சொற்சேர்க்கைகளை ஓரிடத்திலும் காண முடியாது. 'மின்னற்சுவை' என்னும் ஒரு சொற்சேர்க்கை வாசிப்பவரை மயக்கத்தில் ஆழ்த்தி எங்கோ கண்காணாத இடத்திற்குத் தூக்கிச் செல்லும் சுகத்தைப் பொதிந்து வைத்திருக்கிறது. இதனை விரித்துச் சொல்வார்: 'மின்னற் சுவைதான் மெலிதாய் மிகவினிதாய் வந்து பரவுதல் போல்.' குயிலின் இன்னிசைத் தீம்பாடலினை விளக்குவதற்கு இப்படி ஓர்

உவமை. மின்னல் மெலிதாகவும் மிக இனிதாகவும் பரவும் அழகைச் சுவையென்று உணர மேன்மைச் சித்தம் அமையப்பெற வேண்டும். இத்தகைய சொற்சேர்க்கைகள் மூலம் அவர் உருவாக்கும் காட்சிப் படிமங்கள் எல்லையற்று விரிந்து செல்லக்கூடியவை.

அவருடைய கவிதைகளில் நிரந்தரமாக என்னைக் கவர்ந்தது, 'விடுதலை – சிட்டுக்குருவி' என்பதாகும். பாரதியார், சொற்களை மிகவும் உணர்வுபூர்வமாகப் பயன்படுத்தும் வல்லமை பெற்றவர். சுதந்திரம், விடுதலை ஆகிய இரண்டு சொற்களையும் அவர் கையாண்டிருக்கிறார். இன்று, சுதந்திரம் என்பது வடசொல் என்றும் அதற்கு நிகரான தமிழ்ச்சொல் விடுதலை என்றும் கருதப்படுகிறது. விடுதலை என்னும் சொல்லை உருவாக்கியவர் பாரதியாகத்தான் இருக்க முடியும் என்று நினைக்கிறேன். சுதந்திரம், விடுதலை ஆகிய இரண்டையும் வெவ்வேறு பொருள்களில் பாரதியார் பயன்படுத்துகிறார். சுதந்திரம் என்பது ஆங்கிலேயர்களிடம் இருந்து இந்தியா பெற வேண்டியதாகும். விடுதலை என்பதற்கு அப்படி ஒரு குறிப்பான பொருளைத் தர முடியாது. தனிமனிதன் அல்லது சமூகம் தன்னைப் பிணித்திருக்கும் தளைகளிலிருந்து விடுபட்டு மீள்தல் விடுதலை என்று கொள்ளலாம்.

பாரதியார் 'சுதந்திரப் பள்ளு' பாடியிருக்கிறார். அதில் வரும் 'ஆனந்த சுதந்திரம்' 'நாமிருக்கும் நாடு நமக்கே உரிமை' ஆவதைக் குறிக்கும். பரங்கியரை எதிர்த்துப் போராடிப் பெற்ற வெற்றி அது. அதனால்தான் 'சங்கு கொண்டே வெற்றி ஊதுவோமே' எனப் பாரதியார் பாடுகிறார். பாரதியார் 'விடுதலை வெண்பா'வும் பாடியிருக்கிறார். அதில் நாட்டுக்குப் பெற வேண்டிய சுதந்திரம் குறித்துப் பேச்சே கிடையாது. முக்திநிலை, வீடுபேறு, சுகம் ஆகியவை பற்றிப் பேசும் அப்பாடலில் 'வேலைப் பணிந்தால் விடுதலையாம்' என்பார்.

நாட்டுக்காகப் போராடும் வீரரைப் பார்த்து வெள்ளைத் துரை கேட்பது, 'தொண்டு செய்யும் அடிமை – உனக்குச் சுதந்திர நினைவோடா?' என்று. ஆனால், பறையருக்கும் இங்கு தீயர் புலையருக்கும் வேண்டியது விடுதலை. சுதந்திரம், உடனடி வேலைத் திட்டத்தால் பெற வேண்டிய ஓர் உரிமை. விடுதலையோ நீண்டகாலத் திட்டத்தால் அடையப்போகும் கட்டறுத்தல். 'சிட்டுக்குருவி' பாடலின் பல்லவி,

> விட்டு விடுதலை யாகி நிற்பாய்
> இந்தச் சிட்டுக் குருவியைப் போலே

என்று தொடங்குகிறது. முன்னிலையில் உள்ள ஒருவரைப் பார்த்துக் கவிஞர் சொல்வதாகப் பாடல் அமைப்பு உள்ளது. விட்டு விடுதலை ஆகி நிற்பாய் என்று கட்டளை இடும் கவிஞர்,

அது எப்படி என்பதற்கு ஓர் உவமை சொல்கிறார். 'இந்தச் சிட்டுக் குருவியைப் போலே' என்பது உவமை. சிட்டுக்குருவி எவ்வாறு விடுதலை ஆகி நிற்கிறது என்னும் கேள்வி நமக்கு எழுகிறது. பொருளை விளக்குவதற்கு உவமை பயன்படும். ஆனால் இங்கே உவமையே புரிபடாமல் இருக்கும்போது பொருளை எப்படிப் புரிந்துகொள்வது? ஆகவே கவிஞர் உவமையை விளக்கும் விதமாகப் பாடல் முழுவதையும் அமைத்திருக்கிறார். பல்லவியை அடுத்து வரும் மூன்று சரணங்களும் உவமையாகிய சிட்டுக்குருவியின் இயல்பை விளக்குகின்றன. அத்துடன் அதைப் பின்பற்றச்சொல்லி முன்னிலைக்கு விடுக்கும் கட்டளை வினைச் சொல்லும் இணைந்து கொள்கிறது.

> எட்டுத் திசையும் பறந்து திரிகுவை
> ஏறியக் காற்றில் விரைவொடு நீந்துவை
> மட்டுப் படாதெங்கும் கொட்டிக் கிடக்குமிவ்
> வானொளி யென்னும் மதுவின் சுவையுண்டு.

எட்டுத்திசையும் பறந்து திரியும் இயல்புடையது சிட்டுக்குருவி. அதற்கு எல்லைகள் இல்லை. வரம்பு கட்டி வாழ்தல் அற்ற நிலையைக் குறிக்கிறது முதலடி. 'ஏறியக் காற்றில் விரைவொடு நீந்துவை' என்னும் அடியில் காற்றில் ஏறுதல் என்பது சிறப்புடையது. காற்றில் ஏறி அவ்விண்ணையும் சாடுவோம் என்பதும் பாரதியின் அடிதான். மிகுதி, உயரம் ஆகிய பொருள்களைக்கொண்ட ஏறுதல் காற்றின் வேகத்திற்குப் பொருத்தமான சொல். குருவி போன்ற பறவைகளுக்கு அவ்வாறு காற்றில் ஏறிப் பறத்தல் வெகு சுலபம். இன்னும் சொன்னால் அப்போது பறத்தல் இல்லை. இறக்கைகளை அசைக்காமல் விரித்தபடி காற்றின் திசைக்கேற்ப அனாயாசமாகப் பறக்கும் வான்குருவியின் வெளி நீச்சல் நமக்குக் காட்சியாகின்றது. காற்றுக்கேற்ப இயைந்து செல்லும் மன நிலையைக் குறிக்கிறதல்லவா?

வெளியெங்கும் நிறைந்திருக்கும் கதிரொளியை 'மட்டுப் படாதெங்கும் கொட்டிக் கிடக்கும் வானொளி' என்கிறார் பாரதியார். அதுமட்டுமல்ல. வானொளி என்பது சுவையான மதுவாகிறது. மட்டுப்படாமல் இருப்பது மதுவின் இயல்பு. ஒளியை மதுவாக்கிச் சுவை நுகருதல் என்பதைக் கற்பனை செய்துகொள்ள மனவிரிவு தேவைப்படுகிறது. சிட்டுக்குருவி வானில் பறப்பது, தூரத்தைக் கடப்பதற்காக மட்டுமல்ல, ஒளிமதுவை உறிஞ்சிக் குடிக்கவும்தான். எல்லை அமைத்து வாழ்வோர்க்கு இந்த அனுபவம் கிடைப்பதேது?

அடுத்த சரணம்:

> பெட்டையி னோடின்பம் பேசிக் களிப்புற்றுப்
> பீடையி லாததொர் கூடுகட்டிக் கொண்டு

முட்டை தருங்குஞ்சைக் காத்து மகிழ்வெய்தி
முந்த உணவு கொடுத்தன்பு செய்திங்கு

இவ்வுலக உயிர்களின் தன்னினம் பெருக்கும் இயல்பை இதில் கூறுகிறார். பாரதியார், ஆணாக இருப்பதால் ஆண் சிட்டுக்குருவியைச் சொல்கிறார் எனக் கொள்ளலாம். அதனால் தான் பெட்டையினோடு பேசுதல் பற்றிக் குறிப்பிடுகின்றார். பெட்டையினோடு இன்பம் பேசிக் களிப்புறுதல் என்பதைக் குருவிகளின் வாழ்வைக் கூர்ந்து கவனித்தால் அறியலாம். மனிதர்களில் கணவன், மனைவியோடு பேசுவதற்கும் அளவு வைத்திருக்கிறான். இன்னின்ன விஷயங்களைப் பற்றி மட்டும் பேசலாம் எனக் கட்டுப்பாடு எப்படியோ வந்திருக்கிறது. அப்புறம், இன்பம் பேசுதலோ இன்பமாய்ப் பேசுதலோ அதனால் கிடைக்கும் களிப்போ எவ்விதம் வரும்?

அடுத்த அடியில் 'பீடையில் லாததொர் கூடுகட்டிக் கொண்டு' என்கிறார். கூடு சரி. அது என்ன பீடையில்லாத கூடு? பறவைகள் எல்லாக் காலங்களிலும் கூட்டில் வாழ்வதில்லை. இனப்பெருக்கப் பருவத்தில் மட்டும் முட்டையிடவும் குஞ்சுகளைப் பாதுகாத்து வளர்க்கவும் கூடு கட்டுகின்றன. மற்ற சமயங்களில் மரங்கள் உள்ளிட்ட இயற்கை வழங்கிய இடங்களில் வசிக்கின்றன. ஆனால் மனித வாழ்வில் வீடு என்பது மிகப்பெரும் இலட்சியமாக இருக்கிறது. 'இடம்பட வீடு எடேல்' என்று ஔவையார் சொல்லியிருக்கிறார். ஆனால் ஏக்கர் கணக்கில் வளைத்து வீடு கட்டும் ஆசை கொண்ட மனிதர்கள் ஏராளம்.

இயற்கைத் தேவைக்காகக் கட்டும் கூடு, பீடை இல்லாததாக அமையும். நுகர்வுக்காகக் கட்டும் வீட்டில் பீடை புகுந்துகொள்வது சாதாரணம். பேசிக் களிப்புறாத வீடுகளில் பீடையின் ஆட்சியே நிலவும். குருவிக்கு வாய்த்திருக்கும் 'பீடையில்லாத கூடு' மனிதனுக்குக் கனவுதான். பீடையிலாத கூட்டில் கருக்கொள்வதும் குஞ்சுகளைக் காப்பதும் மகிழ்வான விஷயம். அவற்றால் மகிழ்ச்சியை எய்த முடியும். பசிக்கு முந்தியே உணவு கொடுத்துக் குஞ்சுகளைப் புரக்க இயலும் என்றால் அன்பு செய்வதற்கு எந்தத் தடையுமில்லை. பீடை வீடும் குழந்தை வளர்ப்பைக் கடனே எனக் கொள்வதுமான மனித வாழ்வில் சக மனிதர்கள் மீதல்ல, சக உறவுகள் முறுக்கிக்கொள்வதும் பகையாவதும் சகஜமாக நடக்கிறது. குருவியின் வாழ்வில் அன்புக்குப் பஞ்சமேது?

மூன்றாம் சரணம்:

முற்றத்தி லேயுங் கழனி வெளியிலு
முன்கண்ட தானியம் தன்னைக் கொணர்ந்துண்டு
மற்றப் பொழுது கதைசொல்லித் தூங்கிப்பின்
வைகறை யாகுமுன் பாடி விழிப்புற்று

முந்தைய சரணத்தில் 'முந்த உணவு கொடுத்து' என்றார். உணவு எங்கிருந்து கிடைக்கும்? 'உழைத்தால் உணவு கிடைக்கும்' என்பதாக மனித விடை இருக்கும். ஆனால் முற்றத்திலும் கழனிப் பரப்பிலும் இரைந்து கிடக்கும் தானியங்களே குருவிகளுக்கு உணவாகும். விடுதலை பற்றிய இன்னொரு பாடலில், 'ஊனுடலை வருத்தாதீர்; உணவியற்கை கொடுக்கும்' என்பார் பாரதியார். வயிற்றுப்பாட்டுக்காக நாளெல்லாம் உழைத்துக் களைக்கும் மனிதருக்கு 'உணவு இயற்கை கொடுக்கும்' என்பது எந்த அளவு புரியும்? உணவைப் பெறுதற்குக் குறைந்த நேரம் போதும். மற்ற நேரங்களில் என்ன செய்வது? கதை சொல்லியும் தூங்கியும் இன்பமாய்க் கழிக்க வேண்டியதுதான். கதை சொல்லவும் கேட்கவுமான மகிழ்ச்சியான மனநிலை அமைந்தால் நல்ல தூக்கம் வரும். வைகறை ஆகுமுன் பாடலோடு விழித்து மறுநாளைச் சந்தோசமாய் எதிர்கொள்ளலாம். கதையும் பாட்டுமாய்க் கழியும் வாழ்க்கை குருவிக்கு வாய்த்திருக்கிறது. வைகறையில் எழும் பலவித ஒலிகளைக் காது கொடுத்துக் கேட்கும் நிலையில்கூட மனிதன் இல்லை.

குருவி இயற்கையோடு இயைந்து தன் வாழ்வை மகிழ்வாக்கிக் கொள்கிறது. அதுதான் விடுதலை. 'விட்டு விடுதலை ஆகி நிற்பாய்' என்கிறார். எதை விட்டு? மனிதனைப் பிணித்திருக்கும் பல விதமான புறக் கட்டுகள் அகக் கட்டுகள் எல்லாவற்றையும் விட்டொழித்து என்று பொருள். இந்தக் கட்டுகள் எல்லாம் எங்கிருந்து உருவாகியுள்ளன? மனிதன் தன் வாழ்க்கையில் ஏற்படுத்தி வைத்துள்ள விழுமியங்கள் மூலம். 'கடின உழைப்புக்கு ஈடு இணை ஏதுமில்லை' என்று விழுமியம் கொண்டிருக்கும் மனிதன், 'மானுடர் உழாவிடினும் வித்து நடாவிடினும் வரம்பு கட்டாவிடினும் நீர் பாய்ச்சாவிடினும் வானுலகு நீர்தருமேல் மண்மீது மரங்களும் வகைவகையாக நெற்களும் புற்களும் மலிந்திருக்கும். ஆகவே, பாடுபடல் வேண்டா' என்று உழைப்பை ஒதுக்கும் பாரதியின் சிட்டுக்குருவி விளக்கத்தை ஏற்றுக்கொள்ள முடியுமா? ஆகவே வாழ்வியல் விழுமியங்கள் என்று மனிதன் வகுத்துக்கொண்டிருக்கும் பலவற்றை, அவற்றால் உருவாகியுள்ள பேத சமூகத்தை, குறுகிய மனத்தை என்று அனைத்தையும் 'விட்டு விடுதலை ஆகி நிற்பாய்' என்கிறார் பாரதியார்.

இயற்கையில் இணையும் மன விரிவைக் குருவியைக் கொண்டு உணர்த்துகிறது பாரதியின் இந்தக் கவிதை. குருவியாய்த் திரிதல் கனவாகலாம். கனவிலேனும் மகிழ்வெய்தி அன்பு செய்து வாழலாம்.

குறிப்பு: பாடல் முழுமையாகப் பின்னிணைப்பில் கொடுக்கப் பட்டுள்ளது.

OOO

பின்னிணைப்புகள்

பின்னிணைப்பு – 1

குறிப்பு: சென்னை கீழ்த்திசைச் சுவடிகள் நூலகம் வெளியிட்டுள்ள 'தனிப்பாடற்றிரட்டு' *(1960)* நூலில் 'மங்கைபாகக் கவிராயர் சிட்டநாதனைப் பழித்துக் கூறியது' என்னும் தலைப்பில் உள்ள 'பிள்ளைத்தமிழ்' பாடல்கள் வருமாறு:

காப்பு

பார்ப்பார்கள் வீட்டில் பழங்கல முருட்டியே
  பால்த யிரெலாங் குடித்துப்
பறைச்சேரி யில்சென்று மாட்டெலும் புகளெல்லாம்
  பல்லால் கடித்து நக்கிக்

கோப்பான குறவர்தலை சாரையில் நுழைந்துபோய்க்
  குடிசைக் குள்ளே புகுந்து
கூழெலாந் தின்றுவிளை யாடிவரு குக்கலே!
  கூறுவிண் ணப்ப மொன்று

சாப்பாடில் லாமலே பெண்டிதனை யூரிலே
  தான்வழங் கத்தொ டுத்துச்
சல்லியும் பில்லியுங் கல்லியுஞ் சொல்லியே
  சாண்வயறு தான்வ ளர்க்குந்

தீப்பாக யாஞ்சவுந் தரபாண்டி யன்மதலை
  செந்தலைப் புலைய னாகும்
செத்தநாய் தின்றுவளர் சித்திநா யகமட்டி
  சீண்டலை மிகக் காக்கவே. 1

செங்கீரை

கனகவெள் ளாட்டி மார்கள்சிறு நீரினால்
  கால வென்னீ ராட்டியே
கந்தையா லேதொடைத் தொட்டடைக் கரியினால்
  கண்ணுக் குள்மையு மிட்டு

நினவாக வேகமுதை விட்டையைச் சுட்டுமுன்
  நெற்றிக்கு நீறு மிட்டு
நித்தமுந் தலைசாரை மண்ணெலாஞ் சன்னியே
  நீணி லக்காப் பணிந்து

தனதாக உச்சியில் தூமநெய் போற்றியே
  சாண்டு தனையும் புகட்டித்
தாய்களு நாய்களும் பேய்களும் கூடியே
  தக்கமுட் டுச்சி மோக்க

சினமான குப்பையில் செங்கண் வளருங்குழ
  செங்கீரை யாடி யருளே
செத்தநாய் தின்றுவளர் சித்தனா யகமட்டி
  செங்கீரை யாடி யருளே. 2

தாலாட்டு

குடுகுடு யெனநட முடுகிய குழிநரி
  தாலோ தாலேலோ
குசவர்கள் குசுவிய குசுவினில் மசுகுணி
  தாலோ தாலேலோ
மடையர்க ளிடையர்கள் தடியினி லிடியுனி
  தாலோ தாலேலோ
விடுகமு தையைநிகர் விதியிலி மதியிலி
  தாலோ தாலேலோ
வெகுவெகு குடியினில் விழுபிள்ளை யழுபிள்ளை
  தாலோ தாலேலோ
கடைகடை தொறுநுழை களிசிறை வுளிசிறை
  தாலோ தாலேலோ
கத்தப மெனவரு சித்தி நாயகா
  தாலோ தாலேலோ. 3

சப்பாணிப் பருவம்

சுட்டிடும் சூளையில் சுடுசாம்பல் வாரியே
  தொண்டர்தலை மீதில் கொட்டத்
தோலடி பறையர்கள் காலடிப் புழுதியைத்

தோணவோ மீதில் கொட்ட
மட்டிடும் கயவர்கள் கொட்டாப் புளியினால்
முழங்காலில் மீதில் கொட்ட
முச்சிலிப் பாகவரு குச்சிலி யரெலா
முகந்துமிக மீதில் கொட்டத்

திட்டியே தாய்களும் தந்தையுங் கூடியே
சீயென்று குப்பை கொட்டச்
சினமான வலையரும் நுளையரும் புலையரும்
சென்றுவா குமியில் கொட்டச்

சட்டமிடுங் குண்டியில் தேள்கொட்ட வேபெரிய
சப்பாணி கொட்டி யருளே
தத்தாலி கிடையர் வருசித்தி நாயகம்
சப்பாணி கொட்டி யருளே. 4

முத்தம்

எட்டா துயர்ந்த வேப்ப முத்து மேனிக் கிசைய குருந்த முத்தும்
எங்கும் புகலும் புங்க முத்தும்
தட்டா துயர்ந்த கொட்டைமுத்துந் தானே வளர்செந்
துருக்க முத்துஞ் சருவுங்
காட்டா மணக்கமுத்துந் தளருஞ் சித்தா மணக்குமுத்துங்
கட்டாய் கழுவியெடுத்த முத்துங் கழுவா திருந்த களிச முத்துங்
காஞ்சமுத்தும் பச்சை முத்துங் காண மாட்டி விலைக்குவிக்கு
முட்டா எப்பூலையா சக்கிலியா முத்தந் தருகமுத் தந்தரு
வாயே
முறட சித்த நாயகமே முத்தந்தருக முத்தமே. 5

வாரானை

குட்டிச் சுவரே நீவருக கோழைச் சவமே நீவருக
கோட்டான் முகமே நீவருக குறும்பா சிமுளே நீவருக
கொட்டுக் குலாமா நீவருக கொண்டைப் பயலே நீவருக
சுண்ணிக் கலையே நீவருக சுணங்கல் வாலே நீவருக
காட்டான் புடுக்கே நீவருக சவங்கல் பானே நீவருக
சட்டிச் செருப்பே நீ வருக தாசி மகனே நீவருக. 6

அம்புலி

கூசாம லேதினமுஞ் சுடுகுவர் அவனுமோர்
குறளிவா யால் சுடுகுவன்
கூனென் றுன்னையும் சொல்லுவா ரிவனையுங்
கூறுபடு கூழையென்பார்
பேசாத நக்கலா மென்பார்க ளிவனையும்
பேச்சரிய நக்கலென்பார்
பெண்டிகள் சட்டியில் காச்சுவ ரிவனையும்

பேசுகுற டாக்காச்சுவார்
வீசுந் துடுப்பினால் கிண்டுவா ரிவனையும்
மேல்வாயி லேகிண்டுவார்கள்
வீரா மகப்பையால் மோப்பார்க ளிவன்மேவு
பெண்டாட்டி யைஓப்பார்கள்
ஆசையுட னாதலால் நீயுமிவ னுஞ்சரி
அம்புலி ஆடவாவே
அத்தனாய் அசுரை நிகர் சித்தனா யகனுட்
னம்புலி ஆடவாவே. 7

சிற்றில்

காஞ்சைக் கொம்பை யடுப்பெடுத்துக்
கள்ளி விறகு தனைமாட்டிக்
கனலைக் கொளுத்தித் தீயொட்டிக்
கள்ளுங் கரியும் நிறைச்சுவைச்சுப்
பேஞ்ச சிறுநீ ருலையேற்றிப்
பெருக்கத் தானே யெரியவிட்டுப்
பின்னும் கொதிக்கப் பதம்பார்த்துப்
பேசாமல் தான்வடித் தெடுத்துச்
சாஞ்சே யிருக்க யிறக்கிவைத்துச்
சாண்டு புளிச்சா தத்தையும்
காட்சித் தட்டாள் மாட்டெலும்பைத்
தகைத்துத் தானே கறிசமைத்துத்
தேஞ்ச யகப்பை யால்படைப்போர்
சிறுவர் சிற்றில் சிதையேலே
செத்த பிணச்சித்தி னாயகமே
சிறுவர் சிற்றில் சிதையேலே. 8

சிறுபறை

ஓன்னலாருன் தலையே வெட்டவே போகையில்
உத்தயாந் தவில்முழங்க
ஓரியும் கூகையும் நாய்களும் நரிகளும்
ஊளையிட் டேமுழங்க
பின்னையும் உன்னுடைய பெண்டாட்டி யவுசாரி
பெத்தமக ளும்முழங்க
பிள்ளையும் கொள்ளிவைத் தள்ளிவாய்க் கரிசியிட்
டேனைமாப் பிளைமுழங்கப்
பன்னியே நீவரும் படையினர் பக்கலின்
பறைமேள மேமுழங்கப்
பத்தியுற முறைகள் சுத்தியே தானிவளு
பாராட்டி யேமுழங்கச்
சென்னியில தியபதி உன்னுட்ல் முழங்கவே
சிறுபறை முழக்கி யருளே
செத்தனாய்த் தின்றுவளர் சித்தநாய கனுமட்டி
சிறுபறை முழக்கி யருளே. 9

சிறுதேருருட்டல்

கண்டபே ரெல்லாரும்உன்னுடைய மேனியைக்
  கட்டை போலே யுருட்டக்
காசலைய தான உன் பிள்ளைமாப் பிள்ளையைக்
  காகங்க ளுண்டு ருட்டப்
பெண்டாட்டி தன்னையும் பெத்தமகள் தன்னையும்
  பேய்பி சாசுகள் உருட்டப்
பெத்ததாய் தங்கை தமையன் தம்பிதன்னையும்
  பிணநாய் கள்தின் றுருட்டக்
கொண்டாடும் உன்மாமன் மச்சினனை யும்பகைவர்
  கூடியே தானு ருட்டக்
கோடான கோடியாங் கொள்ளிவாய்ப் பேய்களும்
  கோட்டானு முண்டு ருட்டத்
திண்டாடு முன்னுடைய வெண்டலை யுருட்டவே
  சிறுதே ருருட்டி யருளே
செத்தநாய் தின்றுவளர் சித்திநாயக னாமட்டி
  சிறுதே ருருட்டி யருளே. 10

பின்னிணைப்பு –2

குறிப்பு: மு. அருணாசலம் தமிழ் இலக்கிய வரலாறு 15ஆம் நூற்றாண்டு நூலில் இடம்பெற்றுள்ள 'பாய்ச்சலூர்ப் பதிகத்தின்' எட்டுப் பாடல்கள் வருமாறு:

ஓதிய நூலும் பொய்யே உடலுயிர் தானும் பொய்யே
சாதியும் ஒன்றே யல்லால் சகலமும் வேற தாமோ
வேதியன் படைத்த தல்லால் விதியினை வெல்ல லாமோ
பாதியிற் பழியே சூழ்ந்த பாய்ச்சலூர்க் கிராமத் தாரே. 1

கொக்குமேற் குடுமி கண்டேன் கோழிமேற் சூடும் கண்டேன்
நெக்குறு வாலும் கண்டேன் நீரின்மேல் நெருப்புங் கண்டேன்
சற்குலம் என்று சொல்லிச் சதுமறை பேச வேண்டாம்
பக்குவம் அறிந்து பாரும் பாய்ச்சலூர்க் கிராமத் தாரே. 2

வெற்றிலை தாழை வாழை வித்தொன்று முளைப்ப தொன்றோ
பற்றிய யோனி பேதம் பாருளோர் அறிந்தி டாமல்
பெற்றவர் தம்மைத் தேடிப் பிறந்திருந் திறந்து போனார்
பற்றி நின்றலைவ தேனோ பாய்ச்சலூர்க் கிராமத் தாரே. 3

குலங்குலம் என்ப தெல்லாம் குடுமியும் பூணு நூலும்
சிலந்தியும் நூலும் போலச் சிறப்புடன் பிறப்ப துண்டோ
நலந்தரு நான்கு வேதம் நான்முகன் படைத்த துண்டோ
பலந்தரு பொருளு முண்டோ பாய்ச்சலூர்க் கிராமத் தாரே. 4

மகங்கொண்ட தேகந் தன்னில் மற்றொரு சுத்தம் காணீர்
அகங்கண்டு புறமும் கண்டும் அவனுக்கே தார மானேன்
சுகங்கண்டு துக்கங் கண்டு சுக்கில வழியே சென்று
பகங்கொண்ட தேனோ என்னில் பாய்ச்சலூர்க் கிராமத் தாரே.5

ஊருள பார்ப்பார் கூடி உயர்ந்தோர் சாலை கட்டி
நீரிலே மூழ்கி வந்து நெருப்பினில் நெய்யை விட்டு
கார்வயல் தவளை போலக் கதறிய வேதந் தானும்
பாரை விட்டகன்ற தோதான் பாய்ச்சலூர்க் கிராமத் தாரே. 6

சந்தனம் அகிலும் வேம்பும் தனித்தனிக் கந்தம் நாறும்
அந்தணர் தீயில் வீழ்ந்தால் அவர்மணம் வீசக் காணோம்
செந்தலைப் புலையன் வீழ்ந்தால் தீமணம் வேற தாமோ
பந்தமும் தீயும் வேறோ பாய்ச்சலூர்க் கிராமத் தாரே. 7

ஒருபனை இரண்டு பாளை ஒன்றுநுங்கு ஒன்று கள்ளூ
அறிவினில் அறிந்த வற்கு அதுவுங்கள் இதுவுங் கள்ளே
ஒருகுலை உயர்ந்த தேனோ ஒருகுலை தாழ்ந்த தேனோ
பறையனைப் பழிப்ப தேனோ பாய்ச்சலூர்க் கிராமத் தாரே. 8

○○○

பின்னிணைப்பு - 3

குறிப்பு: பாரதியாரின் ‘விடுதலை – சிட்டுக் குருவி’ பாடலின் முழு வடிவம் இது.

விடுதலை - சிட்டுக்குருவி

பல்லவி

விட்டுவிடுதலை யாகி நிற்பா யிந்தச்
சிட்டுக் குருவியைப் போலே.

சரணங்கள்

1. எட்டுத் திசையும் பறந்து திரிகுவை
ஏறியக் காற்றில் விரைவோடு நீந்துவை
மட்டுப் படாதெங்கும் கொட்டிக் கிடக்குமிவ்
வானொளி யென்னு மதுவின் சுவையுண்டு (விட்டு)

2. பெட்டையி னோடின்பம் பேசிக் களிப்புற்றுப்
பீடையி லாததோர் கூடுகட் டிக்கொண்டு
முட்டை தருங்குஞ்சைக் காத்து மகிழ்வெய்தி
முந்த வுணவு கொடுத்தன்பு செய்திங்கு (விட்டு)

3. முற்றத்தி லேயுங் கழனி வெளியிலும்
முன்கண்ட தானியம் தன்னைக் கொணர்ந்துண்டு
மற்றப் பொழுது கதைசொல்லித் தூங்கிப்பின்
வைகறை யாகுமுன் பாடி விழிப்புற்று (விட்டு)

○○○